யுவான் சுவாங்

புத்தரைத் தேடி ஒரு புனிதப் பயணம்

குன்றில்குமார்

சங்கர் பதிப்பகம்
15/21, டீச்சர்ஸ் கில்டு காலனி,
2வது தெரு, இராஜாஜி நகர் விரிவு,
வில்லிவாக்கம், சென்னை - 600 049
தொலைபேசி : 044 - 2650 2086 / 9444191256
email : shankar_pathippagam@yahoo.com
web : www.shankarpathippagam.com
www.bookthagam.com

யுவான் சுவாங் / yuvan suang

குன்றில்குமார் / Kundril Kumar

பதிப்பு	:	2022
விலை	:	
மொத்த பக்கங்கள்	:	184
வெளியிட்டோர்	:	சங்கர் பதிப்பகம், 15/21, டீச்சர்ஸ் கில்டு காலனி, 2வது தெரு, இராஜாஜி நகர் விரிவு வில்லிவாக்கம், சென்னை-600 049 தொலைபேசி : 044 - 2650 2086 / 9444191256
ஒளி அச்சு	:	பாலா கிராஃபிக்ஸ்
முன் அட்டை	:	N. ரமேஷ்
அச்சிட்டோர்	:	எம்.கே.கிராபிக்ஸ், சென்னை - 600 021

என்னுரை

யுவான் சுவாங்!

இந்தப் பெயரை அறிந்திராத இந்தியர்கள் யாருமே இருக்க முடியாது.

வரலாற்றுப் பதிவில் முக்கிய இடத்தை நிலை நிறுத்திக் கொண்ட யாத்ரீகர் இவர்.

புத்த மதத்தைத் தழுவிய இளம் புத்த துறவியான இவரின் பிறப்பிடம் சீனா.

புத்த பிரானைப் பற்றியும், அவரது புனிதக் கருத்துக் களைப் பற்றியும் மேலும் அதிகமாகத் தெரிந்து கொள்ள வேண்டும் என்ற ஆர்வத்தின் உந்துதல் காரணமாக கௌதமர் அவதரித்த இந்தியாவிற்குக் கால்நடையாகவே பயணம் மேற்கொண்டவர் இவர்.

சொல்லொணா இடர்ப்பாடுகளைக் கடந்து இந்தியாவை அடைந்து, நாளந்தா பல்கலைக் கழகத்தில் பயின்று புத்தரின் கருத்துக்களைக் கற்றறிந்த பேரறிஞர்.

கி.பி. 7ஆம் நூற்றாண்டில் இந்தியாவும், இந்திய மக்களும் எப்படிப்பட்ட வாழ்க்கையை வாழ்ந்தனர் என்பதைத் தனது பயணக் குறிப்பில் பதிவு செய்தார் யுவான் சுவாங்.

இந்திய வரலாற்றை இந்தியர்களுக்கு வாரி வழங்கிய வள்ளல் இவர்.

பிற தேசத்திற்குள் நுழைந்து பொன்னையும், பொருளையும் கொள்ளையடித்தவர்கள் நிறைந்த உலகில் அறிவை மட்டுமே கொள்ளையடித்துச் சென்ற உன்னதமான துறவி.

இவரது பயணத்தைப் பற்றி முடிந்த அளவிற்கு தகவல்களைத் திரட்டி படைக்கப்பட்ட நூல் இது.

குன்றில்குமார்

பதிப்புரை

சீனாவில் இருந்து இந்தியாவிற்கு வந்த இரண்டாவது பயணி யுவான் சுவாங்.

தனது பயணக் குறிப்பை 12 தொகுதிகளாக எழுதி வைத்தார்.

இவர் இந்தியப் பயணம் மேற்கொண்ட காலக்கட்டத்தில் துருக்கியர் படையெடுப்பு நிகழ்ந்தது.

எனவே யாரும் நாட்டை விட்டு வெளியேறுவதற்கு தடை விதிக்கப்பட்டிருந்தது. யுவான் சுவாங்கின் பயணத்திற்கும் அனுமதி மறுக்கப்பட்டது.

தனது புனிதப் பயணத்தை இதற்காக நிறுத்திட விரும்பாத யுவான், ரகசியமாக நாட்டைவிட்டு வெளியேறினார்.

காடுகள், மலைகள், பாலைவனம் என்று பலவற்றையும் கடும் பிரயத்தனப்பட்டுக் கடந்து வெற்றிகரமாகத் தனது பயணத்தை நிறைவு செய்தார்.

வட இந்தியாவை அப்போது ஆட்சி செய்துவந்த பேரரசர் ஹர்ஷருடன் நெருங்கிய நட்பைக் கொண்டதோடு, புத்த மதத்தைத் தழுவச் செய்த பெருமையும் இவருக்கு உண்டு.

இந்திய வரலாற்றைப் பற்றிய பதிவுகள் எதுவும் இல்லாத காலக்கட்டத்தில் அதனைப் பதிவு செய்தார் யுவான் சுவாங்.

இவரைப் பற்றிப் பல்வேறு தகவல்களை இந்நூலில் காண முடிகிறது.

பதிப்பாளர்

உள்ளே...

* * *

காஞ்சி நகரின் தெற்குப் பகுதியில் ஒரு பெரிய பௌத்த விஹாரம் இருந்தது.

இந்தியாவின் தலைசிறந்த பெரியோர்கள் எல்லாம் அங்கு வந்து செல்வர்.

புத்தபிரான் காஞ்சிக்கு வந்துள்ளார்.

தீர்த்தங்கரர்களை இங்கு அவர் வாதம் செய்து வென்றுள்ளார்.

அசோகச் சக்ரவர்த்தி இங்கு 100 அடி உயர பௌத்த ஸ்தூபியை எழுப்பினார்.

இந் நகரைச் சேர்ந்த தர்மபாலர் என்ற புத்த பிட்சு நாளந்தா பல்கலைக் கழகத்தின் தலைவராகத் திகழ்ந்தார்.

இங்கு நூற்றுக்கு மேற்பட்ட மடாலயங்களும், பத்தாயிரத்திற்கும் மேற்பட்ட புத்த துறவிகளும் இருந்தனர்.

- யுவான் சுவாங்

* * *

1

சீனாவில் யுவான் சுவாங்

யுவான் சுவாங் என்பவர் சீனாவைச் சேர்ந்த ஒரு யாத்ரீகர். இந்தியாவில் பயணித்து நம் நாட்டைப் பற்றிப் பல குறிப்புகளை எழுதியுள்ளார் என்பதுதான் அவரைப் பற்றி நாம் அறிந்த ஒரு தகவல். அதிலும் குறிப்பாக தமிழகத்தின் காஞ்சிபுரத்திற்கும் அவர் வருகை தந்துள்ளார் என்பதைப் பெருமையோடு கூறிக்கொள்வதில் நமக்கு எல்லையற்ற ஆர்வம்.

பள்ளிப் பருவத்தில் பாடங்கள் வாயிலாக இவரைப் பற்றி நாம் தெரிந்து கொண்ட உண்மை இது.

முதலில் இவர் பெயர் சுவான்சாங் என்றும் உச்சரிக்கப்படுகிறது என்பதை யும் நாம் தெரிந்து கொள்ள வேண்டும். என்றாலும் நம்மைப் பொருத்தமட்டில் அவர் யுவான் சுவாங்தான்.

இவர் ஒரு சாதாரண சுற்றுலாப் பயணி கிடையாது. புத்த மதகுரு. கல்வியாளர். சிறந்த மொழி பெயர்ப்பாளர். புத்தர் அவதரித்த இந்தியாவிற்குச் செல்ல வேண்டும் என்பதும், அங்குள்ள நாளந்தா பல்கலைக் கழகத்தில் பயில வேண்டும் என்பதும்தான் சீனாவில் இருந்து அரும்பாடுபட்டு இவரை இந்தியாவிற்குப் பயணிக்க வைத்தது.

17 ஆண்டுகள் இந்தியாவில் தங்கியிருந்து புத்த மதத்தைப் பற்றி வெகுவாக ஆராய்ச்சி செய்ததோடு, ஏழாம் நூற்றாண்டில் இந்தியா எப்படி இருந்தது என்பதைப் பற்றிய வரலாற்றுக் குறிப்புகளையும் பதிவு செய்து வைத்துள்ளதுதான் இவரது பிரமாதமான வெற்றியாகும்.

இத்தனை சிறப்பு வாய்ந்த யுவான் சுவாங்கைப் பற்றி ஒரு சிறு குறிப்பைப் பார்க்கலாம்.

சீனாவின் ஹெனான் பகுதியைச் சேர்ந்த கோ ஷிஹ் என்னும் நகரின் அருகே உள்ள சீ ஆன் என்னும் குக்கிராமத்தில் கி.பி. 602ஆம் ஆண்டு பிறந்தார் யுவான். சீன அரசுத் தலைவர் ஷிச்சின் பிங்கின் சொந்த ஊர் சீ ஆன். ஷான்சி மாநிலத்தின் தலைநகரும் ஆகும்.

டாங் வம்சத்தில் மூத்த மத குருமாராகத் திகழ்ந்தவர் யுவான் சுவாங். இவர் இந்தியாவில் புனிதப் பயணம் மேற்கொண்ட பிறகு, மத திருமறையை சீனாவுக்குக் கொண்டு வந்தார். சீ ஆன் நகரில் புத்த மதத்தைப் பரவச் செய்தார்.

இங்கு மிகப் பெரிய அருள் கோயில் ஒன்று எழுப்பப்பட்டு புத்தர் கோயிலாக இன்றும் விளங்கி வருகிறது. இங்கு 19 ஆண்டுகள் தங்கியிருந்த யுவான், இக்கோயிலில் 10 ஆண்டுகள் வாழ்ந்தார். சீ ஆன் நகரின் அடையாளமாகக் கருதப்படுவது வாத்து கோபுரம். அது இக்கோயிலில் அமைந்துள்ளது.

இந்தியாவில் இருந்து பட்டுப்பாதை வழியாக சீனாவுக்குத் திரும்பி வந்த யுவான் சுவாங், கொண்டுவந்த திருமறை நூல்கள் மற்றும் புத்த பிரானின் திருவுருவச் சிலைகளைப் பாதுகாக்கும் வகையில் இக்கோபுரம் கட்டப்பட்டது.

இந்திய புத்த மதக் கோபுரக் கட்டடக் கலையையும், சீனாவின் ஹான் இனப் பண்பாட்டையும் இணைத்துக் கட்டப்பட்டது இக் கோபுரம். சீன மக்களின் பண்பாட்டை அடையாளப்படுத்தும் இது ஏழு மாடிகளை உடையது. 645 மீட்டர் உயரம் உடையது.

டாங் வம்சத்தில் கட்டப்பட்ட புகழ்பெற்ற சுற்றுலா காட்சித்தலமாகத் தற்போதும் விளங்கிவரும் மாபெரும் வன வாத்து கோபுரம், 2014ஆம் ஆண்டு மரபுச் செல்வப் பட்டியலிலும் சேர்க்கப்பட்டுள்ளது.

இக்கோபுரத்தின் இரண்டாவது மாடியில் புத்தர் சாக்கிய முனியின் தங்கமுலாம் பூசப்பட்ட வெண்கலச் சிலை உள்ளது. வன வாத்துக் கோபுரத்தை இச்சிலையே பாதுகாத்து வருவதாக அங்குள்ள மக்கள் நம்புகின்றனர். இதனை வழிபடுவதற்காக ஏராளமான பயணிகள் தினமும் வந்து குவிகின்றனர்.

இக்கோபுரத்தின் உச்சத்தை அடைந்தால் சீ ஆன் நகரின் அழகிய தோற்றத்தைக் கண்டு மகிழ முடியும்.

இப்போது யுவான் சுவாங் வரலாற்றுக்குள் செல்வோம்.

சென் ஹுயி என்னும் குடும்பத்தைச் சேர்ந்தவர். இவரது தாத்தா சென், அந்நாட்டுத் தலைநகரில் இருந்த இம்பீரியல் கல்லூரியில் பேராசிரியராகப் பணியாற்றியவர்.

இவரது தந்தை ஹுயி, ஒரு பழமைவாத கன்பூசியஸ் மதத்தைச் சேர்ந்தவராக இருந்தார். பழமைவாதத்தில் கட்டுண்ட இவரது குடும்பத்தில் ஹுயிக்கு நான்கு குழந்தைகள். அவர்களில் கடைக் குட்டிதான் யுவான் சுவாங்.

அன்றைய காலக்கட்டத்தில் சீனாவில் மிகப் பெரிய அளவில் அரசியல் குழப்பங்கள் ஏற்பட்டன. அவற்றில் இருந்து தப்பிக்க வேண்டி தனது பணியை உதறித் தள்ளிவிட்டு தனிமையை நாடிச் சென்றுவிட்டார் இவரது தந்தை.

யுவான் சுவாங் பள்ளிக்குச் சென்று கல்வி கற்கவில்லை. இவருக்குப் பாடம் போதித்தவர் இவரது தந்தையே. இளம் வயதிலேயே புத்திசாலியாகவும், அறிவாளியாகவும், சுறுசுறுப்பான ஊக்கமிக்கவராகவும், நினைவாற்றல் உள்ளவராகவும் விளங்கினார்.

தொடக்கக் கல்வியை யுவான் மட்டுமல்லாமல் இவரது சகோதரர்களும் அவர்களது தந்தையிடமே கற்றனர்.

இவரது மொத்தக் குடும்பமும் கன்பூசியஸ் மதத்தையே பின்பற்றி வந்தனர். மட்டுமல்லாமல் இவரது உறவினர்களும்கூட அம் மதத்தையே பின்பற்றினர்.

ஆனால் விதிவிலக்காக யுவான் சுவாங்கின் சகோதரர் மட்டும் புத்த மதத்தின் மீது பற்றாளராக இருந்து, அந்த மதத்தைத் தழுவி

இருந்தார். சகோதரனைப் போலவே புத்த மதத்தைத் தழுவி, மிகப் பெரிய துறவியாக மாற வேண்டும் என்பது மிகப் பெரிய கனவாக உருவெடுத்தது.

இதனிடையே 611ஆம் ஆண்டு இவரது தந்தை மரணத்தைத் தழுவினார். இது பேரிழப்பாக இருந்தது. இதன்பின்னர் இவரது வாழ்வின் நோக்கம் புதிய பாதையில் வேகமாகப் பயணித்தது.

தனது மூத்த சகோதரனைப் பின்பற்றி லுவோயாங் என்னும் இடத்தில் இருந்து ஜிங்டு துறவிகள் மடத்திற்குச் சென்று அவர்களோடு தங்கியிருக்க முடிவெடுத்தார் யுவான் சுவாங்.

எட்டு வயதுப் பாலகனாக இருந்தபோதே துறவறத்தின்மீது அளவற்ற ஈடுபாடு எப்படியோ வந்துவிட்டது. எனவே சகோதரனின் உதவியோடு மடத்தில் சேர்ந்துவிட்டார்.

அப்போது அந்தத் துறவிகள் மடத்தை 'சுயி' என்னும் அரச மரபினர் ஆதரித்து வந்தனர். அவர்களுடைய கட்டுப்பாட்டில் மிகச் சிறப்பாக இயங்கி வந்தது அந்த மடம்.

அவருக்குப் பன்னிரெண்டு வயதானபோது புத்தத் துறவியாக மாற வேண்டும் என்ற ஆவல் எழுந்தது. அவரது கனவின் மூலம் அவ்வாறு மாற வேண்டும் என்ற எண்ண ஊற்று எழுந்தது.

ஆனால் விதிமுறைகள் அதற்கு இடந்தரவில்லை. பன்னிரெண்டு வயதுப் பாலகன் துறவியாகவே முடியாது என்பதைத் தெளிவாக வரையறுத்திருந்தது சட்ட விதிகள்.

ஆனால் யுவான் சுவாங்கின் அறிவுத்திறன், புத்திகூர்மை, தெளிவு, நினைவாற்றல் போன்றவை அந்த விதிகளை ஓரங்கட்ட அனுமதித்தது. அங்கிருந்த தலைமைத் துறவி யுவானின் ஆசையை நிறைவேற்றினார்.

அச்சிறுவயதிலேயே யுவான் சுவாங் புத்தத் துறவியானார்.

அங்கு தேரவாத பௌத்தம், மகாயான பௌத்தம் ஆகிய இரு பிரிவுகளைப் பற்றியும் கற்றுக் கொடுத்தார்கள். எனினும் மகாயான பௌத்தமே இவரைக் கவர்ந்தது.

618ஆம் ஆண்டு 'சுயி' மன்னர்களின் ஆட்சி வீழ்ச்சியடைந்தது. இதன்காரணமாக இந்தத் துறவிகள் மடம் கலகலத்துப் போனது. ஆதரவளித்த சுயி மன்னரின் நிர்வாகம் இல்லாமல் போன காரணத்தினால், யுவான் சுவாங்கும், அவரது இரண்டாவது சகோதரரும் டாங் மரபைச் சேர்ந்த மன்னர் ஆட்சி செய்த

நாட்டின் தலைநகரான ஷாங்கான் என்னும் இடத்திற்குத் தப்பிச் சென்றனர்.

பின்னர் அங்கிருந்தும் நகர்ந்த அவர்கள், தெற்குப் பகுதியில் இருந்த சிச்சுவான் என்னும் பகுதியில் செங்டு என்னும் இடத்தை அடைந்தனர். அங்கிருந்த கொங் ஹுயி என்னும் பௌத்த அறிவுக் களஞ்சியம் என்று அழைக்கப்படும், 'தி கிரேட் லேர்னிங் டெம்பிள்' என்ற மடாலயத்தில் சேர்ந்தனர்.

அந்த மடம் மிகப் பெரியது. ஐநூறுக்கும் மேற்பட்ட புத்த குருமார்கள் அங்கு தங்கியிருந்தனர். அவர்களின் முக்கியப் பணி புத்த சமய நூல்களை சீன மொழியில் மொழியாக்கம் செய்வதாக இருந்தது.

அங்கு அபிதர்மகோசம் முதலிய மதம் சார்ந்த பல புனித நூல்களைக் கற்றார்.

அன்றைய காலக்கட்டத்தில் புத்த ஏடுகள் பெரும்பாலும் பாலி மொழியில்தான் இருந்தன. இந்தியாவில் இருந்து கிடைத்த சில ஏடுகள் மட்டும் சமஸ்கிருத மொழியில் இருந்தன.

அங்கிருந்த புத்த துறவிகள் பலரும் சமஸ்கிருதம் மற்றும் பாலி மொழிகளை அறிந்திருந்த காரணத்தால் அவர்கள் தங்கள் முழுநேரத்தையும் மொழிபெயர்ப்புக்காகவே செலவிட்டுக் கொண்டிருந்தனர்.

புத்த சமயத்தின் சூத்திரங்கள் மற்றும் அறநெறிகளை உள்ளடக்கிய ஒரேயொரு ஏட்டினை மொழியாக்கம் செய்வதற்கு ஒரு துறவிக்கு குறைந்தபட்சம் ஏழு ஆண்டுகள் தேவைப்பட்டது.

அவ்வாறு மொழிபெயர்ப்பு செய்யப்பட்ட பிரதிகளை மூத்த துறவிகள் கவனத்தோடு பரிசீலனை செய்வார்கள். பிறகு அந்த ஏடு அறிஞர் குழு ஒன்றால் மூலப் பிரதியோடு ஒப்பிட்டு சரி பார்க்கப்படும். இவ்வாறு செய்தபின்னர், அதில் திருத்தங்கள் ஏதும் இருந்தால் அதனைத் திருத்தமும் செய்யும். பின்னரே அது ஏற்றுக் கொள்ளப்படும்.

பின்னர் அதனைப் பிரதி எடுப்பதற்காக நாற்பது துறவிகள் தீவிரமாகப் பணியாற்றி பிரதிகள் எடுப்பார்கள். அவை சீனாவில் இருந்த வெவ்வேறு மடாலயங்களுக்கு அனுப்பி வைக்கப்படும்.

இவ்வாறாக மொழிபெயர்ப்புக்கான அர்ப்பணிப்பில் தன்னையும் ஈடுபடுத்திக் கொண்டார் யுவான் சுவாங். அப்போது

தான் அவர் இந்தியாவைப் பற்றிக் கொஞ்சம் கொஞ்சமாக அறிந்து கொள்ள முடிந்தது.

இந்தியாவிற்குச் செல்ல வேண்டும் என்ற தணியா தாபம் அப்போது முதலே அவரை சிக்கெனப் பற்றிக்கொண்டது.

இருபதாவது வயதை அடைந்தபோது யுவான் சுவாங் ஒரு முழுமையான புத்த துறவியாகவே மாறிவிட்டார்.

அன்றைய நாட்களில் இருந்த பௌத்த நூல்களில் தெளிவற்ற தன்மையும், முரண்பாடுகளும் அதிகமாக இருந்ததை அவர் உணர்ந்தார். புத்த மதத்தைப் பற்றிப் பல்வேறு கேள்விகள் அவருள் எழுந்தன.

இந்தச் சந்தேகங்களுக்கும், கேள்விகளுக்கும் விடையைப் பலரிடமும் கேட்டறிந்தார்.

ஆனால் எவர் தெரிவித்த விளக்கமும், பதிலும் இவருக்கு திருப்தி அளிக்கக்கூடியவையாக இருக்கவில்லை. மேலும் குழப்பமே அதிகமானது.

மேலும் புத்த மதத்தைப் பற்றி இன்னும் அதிகமாகத் தெரிந்து கொள்ள வேண்டும் என்ற ஆவலும் மனதிற்குள் பொங்கியது.

தனது அறிவுப் பசிக்கும், ஆழ்ந்த சந்தேகங்களுக்கும் புத்த பிரான் தோன்றிய இந்தியாவின் பீகார் மாநிலத்தில் உள்ள நாளந்தா பல்கலைக் கழகம் மட்டுமே உரிய தீனியை வழங்க முடியும் என்று யுவான் சுவான் நினைத்தார்.

புத்த மதத்தின் பிறப்பிடத்திற்குச் சென்று கல்வி கற்குமாறு அவரது உள்ளுணர்வு அவரைத் தூண்டியது. பிற மொழிகளைக் குறிப்பாக சமஸ்கிருத மொழியைக் கற்க வேண்டும் என்ற ஆவலும் அவருள் அதிகரித்தது.

தனது சகோதரனைப் பிரிந்து செங்கான் செல்ல முடிவெடுத்து பயணமானார். 626ஆம் ஆண்டு சமஸ்கிருத மொழியையும் கற்றறிந்தார். மேலும் புத்த மதத்தின் யோகாசாரப் பிரிவிலும் மிகுந்த ஆர்வம் ஏற்பட்டது.

இந்நிலையில் 629ஆம் ஆண்டு ஒருநாள் இரவு ஆழ்ந்த உறக்கத்தில் இருந்தார் யுவான் சுவாங். அப்போது அவருக்கு ஓர் கனவு வந்தது. எத்தனையோ கனவுகள் அவருக்கு வந்திருந்த போதிலும், இந்தக் கனவு மட்டுமே மிக முக்கியத்துவம் பெற்றதாக இருந்தது.

அதாவது புத்தர் ஞானம் பெற்ற கயாவிற்கு வந்திருந்தார் அவர். மட்டுமல்லாமல் புத்த பிரான் ஞானம் பெற்ற போதி மரத்தின் அருகே தீவிர பிரார்த்தனை செய்து கொண்டிருப்பது போன்ற கனவு அது.

திடுக்கிட்டுக் கண்விழித்தார்.

அது கனவு என்பதை உணர்ந்தார்.

ஆனாலும் கனவுதான் என்று சாதாரணமாக அவரால் அதை ஒதுக்கித் தள்ள முடியவில்லை. புத்தருக்கு ஞானம் கிடைத்த அந்த இடத்திற்குச் சென்று தரிசிக்க வேண்டும் என்ற ஆவல் எழுந்தது.

இந்த ஆசையை அதற்கு மேலும் அடக்க முடியாமல் இந்தியா செல்ல முடிவெடுத்தார்.

ஆனால் அவரின் போதாத காலம், டாங் பேரரசுக்கும், கிழக்கு துருக்கியரான கோக் துருக்கியருக்கும் இடையே கடும் போர் மூண்டது. இதன் காரணமாக வெளிநாட்டிற்கு யாரும் பயணம் மேற்கொள்ளக்கூடாது என்று மாமன்னர் டாங் டைசோங் தடை விதித்தார்.

ஆனாலும் தனது முடிவில் இருந்து பின்வாங்க அவர் விரும்பவில்லை. எப்பாடுபட்டாகிலும் இந்தியா சென்றே ஆக வேண்டும் என்பதில் உறுதியாக இருந்தார். அதற்கான திட்டம் வகுப்பதில் தீவிரமானார்.

ஆனால் அவரது முயற்சிக்கு மூத்த புத்த மதத் துறவிகள் பலர் கடும் எதிர்ப்பு தெரிவித்தனர். ஆனால் மாறுவேடம் பூண்டு, சில காவலர்களின் உதவியோடு குதிரையில் ஏறி தடையைக் கடந்து இந்தியப் பயணத்தை மேற்கொண்டார்.

சீனாவில் இருந்து இந்தியா செல்வதற்கு வரைபடங்கள் எதுவும் அப்போது கிடையாது. எனினும் குத்துமதிப்பாக மேற்கு நோக்கிப் பயணித்தால் இந்தியாவை அடைந்துவிடலாம் என்ற எண்ணத்துடன்தான் பயணத்தைத் தொடங்கினார்.

கான்சு, கிங்காய் போன்ற மாகாணங்களின் வழியாக அந்தப் பேரரசை விட்டு வெளியேறினார் யுவான் சுவாங்.

மிகப் பெரிய கோபி பாலைவனத்தின் வழியாகப் பயணம் செய்ய வேண்டிய கட்டாயம் ஏற்பட்டது. குமுல் என்னும் இடத்தை அடைந்த அவர், அங்கிருந்து மேற்கு நோக்கிச் சென்று துர்பான் என்னும் இடத்தை 630ஆம் ஆண்டு அடைந்தார்.

புத்த சமயத்தைச் சேர்ந்தவர் துர்பானின் மன்னராக இருந்தது அவருக்கு உதவியாகப் போயிற்று. அவரைச் சந்தித்து அறிமுகக் கடிதம் பெற்றுக் கொண்டதோடு, பயணத்தின்போது செலவுக்காக பொன்னும், பொருளும் பெற்றுக் கொண்டு பயணத்தைத் தொடர்ந்தார் யுவான் சுவாங்.

மீண்டும் மேற்குத் திசை நோக்கிய பயணத்தைத் தொடர்ந்த போது பயங்கரக் கொள்ளையர்கள் அவரை இடைமறித்தனர். அவர்களிடம் இருந்து எப்படியோ தப்பி யாங்கி என்னும் இடத்தை அடைந்தார்.

அங்கிருந்து குச்சாப் என்னும் இடத்தை அடைந்த அவர் அங்கிருந்த தேரவாதத் துறவி மடத்திற்குச் சென்றார்.

தொடர்ந்தும் மேற்கு திசை நோக்கிய பயணத்தையே தொடர்ந்த அவர், அக்சு என்னும் இடத்தை அடைந்தார். அதன் பிறகு வடமேற்காகத் திரும்பி டெல் கணவாய் வழியாகத் தற்போது கிர்கிஸ்தான் என்று அழைக்கப்படும் பகுதிக்குள் நுழைந்தார்.

இவ்வாறான பயணத்தின்போது காலச் சூழல் மாற்றங்கள் அவரை வருத்தின. இதனால் உடல்நலக் குறைவு ஏற்பட்டுக் கஷ்டங்களை அனுபவித்தார்.

இதனிடையே கொள்ளையர்களின் வழிப்பறி வேறு பயமுறுத்தியது. பல இடங்களில் உண்ண உணவின்றி, பருக குடிநீர் இன்றி மிகவும் சிரமப்பட்டார்.

இதன்பிறகு கைபர் கணவாய் வழியாக இந்தியாவிற்குள் நுழைந்த யுவான் சுவாங், காஷ்மீர், பாடலிபுத்திரம் போன்ற பல்வேறு புத்த தலங்களுக்குச் சென்றார். புத்த மதம் குறித்த ஆய்வுப் பணிகளில் தீவிரம் காட்டினார்.

நாளந்தா பல்கலைக் கழகத்தில் தங்கிப் பயின்ற அவர், தமிழகத்தின் காஞ்சிபுரத்தில் அமைந்திருந்த புத்த பல்கலைக் கழகத்திற்கும் வந்துள்ளார்.

தனது இந்த 17 ஆண்டுகள் பயணத்தின்போது தான் கண்ட, ரசித்த, உணர்ந்தவற்றை எல்லாம் குறிப்புகளாக எழுதி வைத்தார் யுவான் சுவாங்.

இந்தியப் பயணத்தை வெற்றிகரமாக முடித்துவிட்டு மீண்டும் தனது தாய் நாடான சீனாவிற்குச் சென்றபோது மாபெரும் வரவேற்பு அளிக்கப்பட்டது.

அதாவது இந்தியப் பயணத்தை நிறைவு செய்துவிட்டு கி.பி. 645ஆம் ஆண்டு சீனாவின் சீ ஆன் நகருக்குத் திரும்பினார் யுவான் சுவாங்.

அப்போது சீன வரலாற்றிலேயே ஒரு புத்த மதத் துறவிக்கு அதுவரை இல்லாத அளவில் ஒரு மாபெரும் வரவேற்பு அவருக்கு அளிக்கப்பட்டு பெரும் சிறப்பைப் பெற்றார்.

அந்நாட்டின் மாமன்னர் நேரில் வீதிக்கு வந்து யுவான் சுவாங்கை இருகரம் கூப்பி வரவேற்றார். மட்டுமல்லாமல் அவரது அரசவை சகாக்கள், அரசு அதிகாரிகள், வர்த்தகர்களும் அங்கே திரண்டு வந்து அவரை வரவேற்றனர்.

இத்தனைக்கும் மத்தியில் பொது மக்களின் கூட்டம் வானில் மின்னும் நட்சத்திரங்களைப் போன்று எண்ண முடியாத அளவிற்கு அங்கே குவிந்து நின்று அந்தத் துறவியை இன்முகத்தோடு வரவேற்றது. அப்போது அவர்கள் எழுப்பிய வாழ்த்து முழக்கங்கள் விண்ணையே அதிரச் செய்தன.

அரசு அன்று அனைவருக்கும் விடுமுறை தினமாக அறிவித்த காரணத்தால் வீதிகள் மக்கள் வெள்ளத்தால் ஆர்ப்பரித்தது.

யுவான் சுவாங்கை வரவேற்று ஏராளமான பதாகைகள் ஆங்காங்கே வைக்கப்பட்டிருந்தன. மக்கள் தங்கள் கரங்களிலும் நிறைய பதாகைகளைத் தாங்கிப் பிடித்து அந்தத் துறவியை மகிழ்ச்சியோடு வரவேற்றனர்.

யுவான் சுவாங்கைப் பார்ப்பதற்கு அத்தனை ஆர்வத்துடன் அவர்கள் காத்திருந்தனர்.

கிட்டத்தட்ட அன்றைய நாள் ஒரு திருவிழாக் கோலம் பூண்டிருந்தது. இசைக் கச்சேரிகள், நடன நிகழ்ச்சிகள் என்று அந்த நகரம் கலகலத்தது.

யுவான் சுவாங்கை வரவேற்பதிலும் அங்கு நிரம்ப காணப் பட்ட பைன் மரங்கள் உற்சாகத்தோடு ஈடுபட்டனவாம். காற்றில் அந்த மரங்கள் இங்குமங்குமாக ஆடி அசைந்து அவரை சந்தோஷமாக வரவேற்றனவாம். அதுவும் யுவான் சுவாங் எந்தத் திசையில் இருந்து வருகிறாரோ அந்தத் திசையை நோக்கி அவை குனிந்து குனிந்து எழுந்தனவாம்.

இந்தியாவில் இருந்து திரும்பும்போது அவர் தன்னோடு இருபது குதிரைகளையும் அழைத்துவந்தார். அந்தக் குதிரைகள்

சுமைகளைச் சுமந்தவாறு வந்தன. அந்த சுமைகளில் என்ன இருந்தது தெரியுமா?

657 தொகுதிகளாகப் பிரிக்கப்பட்ட 520 பௌத்த இலக்கியப் புத்தகங்கள் இருந்தனவாம். அதில் 224 தொகுதிகள் பௌத்த சூத்திரங்கள். 192 தொகுதிகள் தர்க்க சாஸ்திரங்கள்.

அத்தனையும் அறிவு விருத்திகள் மட்டுமே. தன்னோடு பொற்காசுகளோ, விலை உயர்ந்த பொருட்களோ, பரிசில்களோ, ஆடம்பர அணிகலன்களோ எடுத்துவரவில்லை என்பது இங்கே முக்கியமாகக் குறிப்பிடத்தக்கது.

இவ்வாறு அவர் கொண்டு சென்ற பௌத்த பிரதிகளில் ஆயிரத்து 335 அத்யாயங்களை சீன மொழியில் மொழி பெயர்ப்பு செய்தார் என்பதும் நம்மை வியப்புக்குள்ளாக்கும் ஒன்று.

664ஆம் ஆண்டு யூ ஹுவா கோங் என்னும் இடத்தில் இவர் மரணமடைந்தார்.

யுவான் சுவாங் என்பவரின் பயண அனுபவங்கள் நம் இந்திய நாடு ஏழாம் நூற்றாண்டில் எப்படி இருந்தது என்பதை விளக்கும் ஒரு காலக் கண்ணாடியாக இருக்கிறது என்றால் அது உண்மையிலேயே மிகச் சிறப்பான ஒன்று.

இந்திய மக்களின் நாகரீகம், பண்பாடு, பழக்க வழக்கங்கள், உடைகள், உணவுப் பழக்கங்கள், அரசியல் நிலைமைகள், ஆன்மீக ஞானங்கள் என்று நம் தேசத்தின் ஒவ்வொரு நிலைப்பாட்டையும் பதிவு செய்துள்ளார் யுவான் சுவாங்.

இந்தியர்களின் மனதில் அழியாத இடத்தைப் பெறும் ஒரு உயரிய சிறப்பை இதுவே இவருக்கு அளித்துள்ளது. இதனால்தான் இன்றளவும் பள்ளியிலேயே நம் குழந்தைகள் யுவான் சுவாங்கைப் பற்றிப் படிக்க முடிகிறது.

இவரைப் பற்றி ஆழமாக எதுவும் தெரியவில்லை என்றாலும், மேலோட்டமாக, 'இந்தியாவிற்கு வருகை தந்த ஒரு புனிதப் பயணி யுவான் சுவாங்' என்றும், 'இந்தியர்களின் வாழ்வியலை உலகம் அனைத்தும் தெரிந்து கொள்ளும் வகையில் குறிப்பெழுதி வைத்தவர்' என்றும் நாம் படித்துள்ளோம்.

நம் குழந்தைகளும் அப்படியே பயின்று வருகின்றனர்.

அதுவே இவரது அரிய சிறப்பின் அழியாக் காவியம்.

2

டாங் வம்சம்

சீனாவில் டாங் வம்சம் ஏறத்தாழ முன்னூறு ஆண்டுகள் வரை நல்லாட்சி செய்து வந்தது. இவர்களின் ஆட்சியைப் பற்றி நிச்சயமாக இந்த நேரத்தில் நாம் அறிந்துகொள்ள வேண்டும்.

கி.பி. 581ஆம் ஆண்டு சுயிவெண்டி மன்னர் யாங் சியென் என்பவர் சுயி வம்சத்தை முதன்முதலாக சீனாவில் நிறுவினார். 37 ஆண்டுகள் மட்டுமே சுயிவெண்டி பேரரசர் சுயியாந்தி ஆட்சி அங்கு நடைபெற்றது.

வடக்கில் இருந்த சோ வம்சத்தின் ஆறு அதிகாரிகள் என்னும் அமைப்பை நீக்கி மூன்று மாநிலங்கள் மற்றும் ஆறு சோதனை வட்டங்கள் என்னும் அமைப்பு இந்த ஆட்சியின்போது நிறுவப்பட்டது. இதனையடுத்து புதிய அரசியலமைப்புச் சட்டமும் வகுக்கப்பட்டது. அதிகாரிகளைத் தேர்வு செய்து

நியமிக்கும் புதிய முறையும் இந்த ஆட்சிக்காலத்தில் ஏற்படுத்தப் பட்டது.

இவ்வாறு பல நல்ல செயல்களை சுயியாந்தி செய்தபோதிலும் அவரது மிருகத்தனமான செயல்பாடுகள் மக்கள் மத்தியில் கடும் எதிர்ப்பை உருவாக்கியது. அவருக்கு மிகப் பெரிய அளவில் கெட்ட பெயர் ஏற்பட்டது.

பொதுமக்களின் கொந்தளிப்பு மற்றும் கிளர்ச்சி காரணமாக மன்னர் சுயியாந்தி கைது செய்யப்பட்டு, பின்னர் 618ஆம் ஆண்டு மக்களாலேயே தூக்கிலிடப்பட்டார்.

இத்துடன் சுயி வம்சத்தினரின் குறுகிய கால ஆட்சி முடிவிற்கு வந்தது.

இதன்பின்னர் ‘டாங்’ வம்சத்தினரின் ஆட்சி சீனாவில் உருவாகிற்று. கி.பி. 618ஆம் ஆண்டு உதித்த டாங் ஆட்சி, கி.பி. 907ஆம் ஆண்டு வரை நீடித்தது.

இவர்களது ஆட்சி டாங் வம்சத்தின் முற்காலம் என்றும், டாங் வம்சத்தின் பிற்காலம் என்றும் இரண்டாகப் பிரிக்கப்பட்டது. முற்காலம் என்பது வளமிக்க காலமாகவும், பிற்காலம் என்பது பலவீனமான காலமாகவும் அமைந்தது.

டாங் கோச்சு என்பவர்தான் டாங் வம்சத்தை முதன்முதலாக நிறுவினார். அப்போது டாங் டைசூன் லீஸ்மின் என்பவர் படைத் தளபதியாக மிகப் பிரமாதமாகச் செயல்பட்டார். மிகச் சிறந்த ஒன்றிணைப்பாளராகவும் பத்து ஆண்டுகள் விளங்கிய லீஸ்மின், பின்னர் டாங் வம்சத்தின் அடுத்த மன்னராகப் பொறுப்பேற்றார்.

இவரது ஆட்சிக் காலத்தில் முன்னெப்போதும் கண்டிராத வகையில் வளமிக்க நாடாக அதனை மாற்றினார். அரசியல், பண்பாடு, பொருளாதாரம் போன்ற அனைத்துத் துறைகளிலும் காணப்பட்ட வளர்ச்சி உலக அரங்கில் பேசப்பட்டது.

சுயி டாங் காலத்தில் ஆட்சி முறையில் விதிகள் அதிகமாக வகுக்கப்பட்டன. சுயி டாங் ஆட்சியாளர்கள் சிறந்த வெளிநாட்டுக் கொள்கையைப் பின்பற்றி, உள்நாட்டு மற்றும் வெளிநாட்டு பொருளாதாரம், பண்பாடு போன்றவற்றின் தொடர்புகள் வேகம் பெற்றன.

இலக்கியத்தை எடுத்துக் கொண்டால் டாங் கவிதைத் தொகுதி மிகப் பெரிய சாதனையாகப் புகழப்படுகிறது.

இந்த ஆட்சிக் காலத்தில் லீஸ்சியன், ஓங்வெய் போன்றோரின் ஓவியங்கள் மிகவும் புகழ்பெற்றவையாகத் திகழ்ந்தன.

கற்குகை கலை என்பது அவர்கள் காலக்கட்டத்தில் முழு வீச்சில் பரவியது.

அச்சுத் தொழில், வெடி மருந்து போன்றவை அப்போதுதான் முதன்முதலாகக் கண்டுபிடிக்கப்பட்டது.

பிற்கால டாங் வம்சம், அவர்களின் ஆட்சியைத் தோல்வியின் விளிம்பிற்கு அழைத்துச் சென்றது. அரசியல் துறையில் நிறைய குழப்பங்கள். விவசாயிகள் கிளர்ச்சி. தொழிலாளர்கள் கிளர்ச்சி என்று பல்வேறு கிளர்ச்சிகள் ஏற்பட்டன.

இவை அனைத்திற்கும் உச்சமாக படைத் தலைவர் சுவென் என்பவர் டாங் வம்சத்திற்கு எதிராக ஆயுதத்தைத் திருப்பினார். டாங் வம்சத்தைத் தோற்கடித்துத் தன்னையே பேரரசராக நியமனம் செய்துகொண்டார்.

இதனையடுத்து பிற்கால லியான் வம்சத்தின் ஆட்சியாக அத்தேசம் மாறியது.

எனினும் டாங் வம்சம் சீன வரலாற்றில் ஒரு குறிப்பிடத்தக்க நிறைவான அரசாக ஆட்சி செய்தது என்பதே உண்மை. பொருளாதாரம் வளமுற்றது. பண்பாடு மற்றும் கலைத் துறை அற்புதமான வளர்ச்சியைக் கண்டது.

குறிப்பாகக் கவிதைகளைச் சொல்லலாம். கவிதைகள் இயற்றுவது டாங் வம்சத்தின்போது சமூகப் பண்பாட்டில் மிக முக்கிய அம்சமாகத் திகழ்ந்தது.

அன்றைய சீனக் கவிதைகள் உலகளவில் மிகப் பிரசித்தம். மன்னரிடம் நற்பெயரைப் பெற்று, பதவி சுகம் அனுபவிப்பதற்கு கவிப் புலமை மிக அவசியம் என்ற நிலைமை அப்போது காணப் பட்டது.

டாங் வம்ச ஆட்சிக் காலத்தில் ஏறத்தாழ 2 ஆயிரத்து 300க்கும் மேற்பட்ட கவிஞர்களால் படைக்கப்பட்ட 50 ஆயிரத்திற்கும் அதிகமான கவிதைகள் இன்றும் பலரையும் கவர்ந்திழுத்துக் கொண்டிருக்கின்றன.

துவக்க டாங் வம்சம், வளர்ச்சியுற்ற டாங் வம்சம், இடைக்கால டாங் வம்சம், பிற்கால டாங் வம்சம் என்று நான்கு பிரிவுகளாகப் பிரிக்கப்பட்டு கவிதைகள் வளர்ச்சியை எட்டின.

அரண்மனையோடு முடங்கிவிடாமல் அன்றாடங்காய்ச்சிகள் வரை கவிதை தனது எல்லையைப் பரப்பியது.

டாங் வம்சத்தில் கவிதைக்கு சிறப்பான அடித்தளமிட்டவர் கவிஞர் சன் சூ ஞான் என்பவர். மக்களின் நடைமுறை வாழ்வைப் பிரதிபலிக்கும் விதமாகவும், பாரம்பரியத்தை நிலைநாட்டத்தக்க வகையிலும் அவர் இயற்றிய கவிதைகள் அமைந்தன. இருப்பினும் அந்தக் கவிதைகள் கடினமாக இல்லாமல் எளிமையாக இருந்ததால் பலரையும் ஈர்த்தது.

618 முதல் 712ஆம் ஆண்டு வரை டாங் வம்சத்தின் துவக்க காலமாக இருந்தது. பின்னர் 712 முதல் 762ஆம் ஆண்டு வரை டாங் வம்சத்தின் வளர்ச்சியடைந்த காலமாகப் பார்க்கப்படுகிறது.

இந்த காலக்கட்டத்தில்தான் கவிதைகள் நாற்காலியில் கால் மேல் கால் போட்டு தாராளமாக அமர்ந்தது. கவிதை இயற்கையை வர்ணிப்பதாகவும், வாழ்வியலைப் பிரதிபலிப்பதாகவும், வீர தீரச் செயல்களைப் புகழ்ந்து பாடுவதாகவும் அமைந்தது.

கோ ஷ்யின் என்னும் கவிஞரின் கவிதைகளில் மக்களின் துன்ப நிலை துல்லியமாக வர்ணிக்கப்பட்டது. தோல்வியின் துக்கத்தைப் பற்றியும் சிலர் கவிதை புனைந்தனர்

டாங் வம்சத்தின் வளர்ச்சியை யதார்த்தமாகச் சித்தரிக்கும் கவிதைகளை துபு, பெய் போன்ற கவிஞர்கள் எழுதினர்.

762 முதல் 827ஆம் ஆண்டு வரை டாங் வம்சத்தின் இடைக் காலம் என்று வர்ணிக்கப்படுகிறது. அப்போது வேடிக்கை பாணி யிலான கவிதைகள் புனையப்பட்டன. முரட்டுத்தனமான ஆட்சி முறை இந்தப் பாணியில் மக்களிடம் கொண்டு செல்லப்பட்டது.

இருபது வயது வரையே வாழ்ந்த குறுகிய கால கவிஞர் லீ ஹு. மற்றவர்களின் கருத்துக்களில் இருந்து முற்றிலும் மாறுபட்ட கவிதைகளைப் புனைந்த இவரின் கவிதைகளில் கற்பனை வளம் அதிகமாக நிரம்பி வழிந்தது.

827 முதல் 859ஆம் ஆண்டு வரையிலான காலம் பிற்கால டாங் வம்சத்தின் ஆட்சிக் காலமாக அறியப்படுகிறது. லீ சான், து மூ முதலிய கவிஞர்களின் கவிதைகளில் அசாத்திய விறுவிறுப்பு காணப்பட்டது.

குறிப்பாக து மூ வின் கவிதைகளில் எந்த அளவிற்கு மென்மை காணப்பட்டதோ அந்தளவிற்குக் கண்டிப்பும் காணப் பட்டது. அரசியல் கருத்துக்களும் நிறைய காணப்பட்டன.

வாழ்வின் இன்பம் மற்றும் துன்பம் ஆகியவற்றை அழகான சொற்களைப் பயன்படுத்தி அற்புதமான கவிதைகளைப் புனைந்தார் லீ சான்.

ஆக, சீன வரலாற்றில் கி.பி. 618 முதல் கி.பி. 907ஆம் ஆண்டு வரை டாங் வம்ச ஆட்சி சீனாவில் நீடித்தது. இவர்களது ஆட்சிக் காலம் பொதுவாக பொற்காலமாகவே திகழ்ந்தது. கவிதை மட்டு மல்லாமல் இசைத் துறையிலும் புதிய முன்னேற்றத்தைக் கண்டது.

ஒயாங் ஜுன் என்னும் அறிஞர் வித்தியாசமான, அதே நேரத்தில் ஆக்கப்பூர்வமான நூலை எழுதினார். அதுவரை சீனா வில் இருந்த முக்கிய இலக்கியங்களை 47 வரிசைகளாகத் தொகுத் துத் தருகிறது 'யீவென் லெஜ்ஜூ' என்னும் இந்தப் புத்தகம். எளிமை யாகவும், விறுவிறுப்பாகவும் அமைந்துள்ள இந்தப் புத்தகத்தில் அன்றைய காலக்கட்டத்தில் சீனர்களின் வாழ்க்கைமுறை நீக்கமறப் பதிவுசெய்துள்ள புத்தகம் இது.

இந்தக் காலக்கட்டத்தில்தான், அதாவது 629ஆம் ஆண்டு சீனாவில் இருந்து இந்தியாவை நோக்கி நெடும் பயணம் ஒன்றைத் தொடங்கினார் யுவான் சுவாங். நான்கு ஆண்டு காலம் நீண்ட பயணத்தை மேற்கொண்டார்.

648ஆம் ஆண்டு ஜின் வம்சத்தைப் பற்றி விவரிக்கும் புத்தகம் ஒன்று அரசால் வெளியிடப்பட்டது. ஜின் வம்ச ஆட்சி கி.பி. 265 முதல் 420ஆண்டு வரையிலான காலக்கட்டத்தில் சீனாவில் அரசாட்சி வகித்தது.

அன்றைய நாட்களில் மூங்கில் தகடுகள், பட்டுத் துணி போன்றவற்றில்தான் எழுதப்பட்டது. இதைத்தான் புத்தகம் என்று குறிப்பிடுகின்றனர்.

650ஆம் ஆண்டு பியான்ஜி என்னும் புத்த மதகுரு யுவான் சுவாங்கின் பயணக் குறிப்புகளைப் புத்தகமாகத் தொகுத்தார்.

657 முதல் 833ஆம் ஆண்டு வரை மூலிகைகள் மற்றும் இயற்கை மருத்துவம் பற்றிய புத்தகங்கள் வெளியாகின.

710 முதல் 752ஆம் ஆண்டுகளில் ஷிட்டாங் என்னும் வரலாற்று நிகழ்ச்சிகள் தொகுக்கப்பட்டு அந்நாட்டு அரசால் வெளியிடப்பட்டது.

712ஆம் ஆண்டு லியுயான் என்னும் பெயரில் இசை, நாடகம் ஆகியவற்றுக்கான பயிற்சிக் கூடம் ஒன்று அரசால் நிறுவப்பட்டது.

யாங் சியென்

இதற்கு மக்களின் ஏகோபித்த ஆதரவு கிடைத்ததைத் தொடர்ந்து விரைவில் நாடெங்கும் இதன் கிளைகள் ஏற்படுத்தப்பட்டன.

713ஆம் ஆண்டு கையுவான் என்னும் நாளிதழ் ஒன்று அரசாங்கத்தால் வெளியிடப்பட்டது. இந்த இதழ் முழுக்க முழுக்க பட்டுதுணியில் எழுதப்பட்டதாக இருந்தது. அன்றாட நாட்டு நடப்புகள், அரசியல் போன்றவை இந்த நாளிதழில் இடம்பெற்றன.

இந்தியாவில் இருந்து சீனாவிற்குச் சென்று குடியேறியவர் கௌதம சித்தா என்னும் வானியல் அறிஞர். 719ஆம் ஆண்டு இவரது ஜோதிடப் புத்தகம் ஒன்று வெளியானது.

785ஆம் ஆண்டு இந்தியா, ஜப்பான், கொரியா, ஸ்ரீலங்கா, ஈராக் ஆகிய நாடுகளைப் பற்றிய பூகோள விவரங்களை அற்புதமாக விளக்கி எழுதிய ஆய்வு நூல் ஒன்றை எழுதினார் ஜியா டான்.

868ஆம் ஆண்டுதான் முதன்முதலாகக் காகிதத்தில் அச்சடிக்கப் பட்ட 'வைர சூத்திரம்' என்னும் நூல் வெளியானது. உலகிலேயே முதல் காகிதத்தில் அச்சடிக்கப்பட்ட புத்தகம் என்னும் பெருமையும் இதற்குண்டு. ஒரு பக்கம் மட்டுமே காணப்படும் இந்த நூல் புத்த மத ஞான நூல். இது சமஸ்கிருத நூலின் மொழி பெயர்ப்பு என்பது குறிப்பிடத்தக்கது.

இவ்வாறு காகிதத்தில் அச்சேற்றும் முறை எப்படி நிகழ்ந்தது தெரியுமா?

மரக்கட்டைகளில் அச்சிடப்பட வேண்டியவற்றை முதலில் செதுக்குவார்கள். பின்னர் அவற்றில் மையைத் தடவி காகிதத்தில் அழுத்துவார்கள். அந்த எழுத்துக்கள் அப்படியே காகிதத்தில் பதிந்துவிடும்.

இவ்வாறு கலை, இலக்கியம் டாங் வம்ச ஆட்சிக் காலத்தில் செழித்தோங்கியது. பொதுவாகக் கலைகளில் மக்கள் திளைத்து மகிழ்கிறார்கள் என்றால், அவர்கள் பசி, பஞ்சம் இல்லாமல் சுபிட்சமாக இருக்கிறார்கள் என்று அர்த்தம் என்கிறார்கள் வரலாற்று வல்லுநர்கள். அடிப்படைத் தேவைகள் பூர்த்தி செய்யப் பட்டால் மட்டுமே மனிதன் கலைத் தேடலைத் தொடங்குவான் என்பது இவர்களின் வாதம்.

எனவே டாங் வம்சத்தின் ஆட்சியின்போது அந்நாட்டு மக்கள் செல்வச் செழிப்புடன், குறைகள் எதுவுமே இல்லாமல் மிக்க மகிழ்ச்சியுடன் வாழ்ந்திருக்க வேண்டும் என்பது வரலாற்று

ஆய்வாளர்களின் கருத்தாக உள்ளது. வரலாற்று ஆவணங்கள் சிலவும் அதனை நிரூபிக்கின்றன.

சீன வரலாற்றை எடுத்துக் கொண்டால் அங்கு பெண்களுக்கான முக்கியத்துவம் மிகவும் குறைவாகவே இருந்து வந்துள்ளது. வரலாற்று ஆவணங்களின்படி அங்கு ஒரேயொரு பெண்தான் மன்னராக அமர்ந்து ஆட்சி புரிந்துள்ளார்.

அவர் பெயர் வூ ஜேஷியன். கி.பி. 690 முதல் 701ஆம் ஆண்டு வரை அவரது ஆட்சி அமைந்திருந்தது. எத்தனை பணபலம் இருந்தாலும், அதிகார பலம் இருந்தாலும் தேர்வில் தேர்ச்சி பெறாமல் போனால் அவர்களுக்கு அரசு பதவிகள் வழங்கப்படக் கூடாது என்ற சட்டத்தை இயற்றியவர் இந்தப் பெண் ராணி.

பீங்கான் தொழிலுக்கு அதிமுக்கியத்துவம் அளிக்கப்பட்டது டாங் ஆட்சிக் காலத்தில். சமையல் பாத்திரங்கள், பொம்மைகள் என்று பீங்கான் பொருட்கள் தயாரிக்கப்பட்டு, சீனாவில் மட்டுமல்லாமல் பிற தேசங்களிலும் மக்களால் விரும்பப்பட்டு வந்தன.

அந்நிய தேசத்தவர்களுக்கு குவான்ஜோ என்னும் நகரில் முதல் சீனத் துறைமுகம் கட்டப்பட்டது. இந்தியர்களும், பாரசீகர்களும் இங்கு அடிக்கடி வந்து வியாபாரம் செய்து வந்தனர்.

பாரசீகக் கடல் கொள்ளையர்களால் 758ஆம் ஆண்டு தாக்கி சூறையாடப்பட்டதால் இத்துறைமுகம் முற்றிலும் சேதமாகிப் போயிற்று. பின்னர் இதனைச் சீர்படுத்தி மீண்டும் வாணிப மையமாக்க ஐம்பது ஆண்டுகள் ஆகியது.

ஆரம்ப நாட்களில் இங்குள்ள மக்கள் இதிகாசங்களில் குறிப்பிடப்பட்ட தெய்வங்களைத்தான் வணங்கிவந்தனர். இடி, மின்னல், மழை போன்ற இயற்கை சக்திகளின் வடிவங்களாகவே இத்தெய்வங்கள் காணப்பட்டன.

கி.மு. 265ஆம் ஆண்டு புத்த குருமார்களை நேபாளம், சீனா, பூடான் போன்ற நாடுகளுக்கு அசோக சக்ரவர்த்தி அனுப்பினார். இதனைத் தொடர்ந்து சீனாவின் பெரும்பகுதியில் புத்த மதம் வேரூன்றியது. பின்னாட்களில் கன்பூஷியனிஸம், தாவோயிஸம் போன்ற கொள்கைகளையும் மக்களில் சிலர் பின்பற்றினர்.

கி.பி. 635ஆம் ஆண்டு பாரசீகத்தில் இருந்து சீனாவிற்கு வந்த நான்கு கிறிஸ்தவப் பாதிரியார்களின் கடின உழைப்பால் கிறிஸ்தவ மதம் இங்கு பரவியது.

அதேபோல கி.பி. 650ஆம் ஆண்டு அரேபியாவில் இருந்து சீனாவிற்கு வருகை தந்த சில இஸ்லாமிய மதக் குருக்கள் அந்த மதத்தை இங்கு பரப்பினார்கள். 845ஆம் ஆண்டு முதல் பிற்கால டாங் வம்ச ஆட்சிக் காலத்தின்போதுதான் சறுக்கல் தொடங்கியது. 840 முதல் 846ஆம் ஆண்டு வரை மன்னராக இருந்தார் வூ ஜாங். மண்ணாசை அதிகம். பல போர்களை இவரே நடத்தினார்.

கஜானா காலியானது. அதை நிரப்புவதற்கு புத்த கோயில் களில் கைவைத்தார். அங்குதான் மக்கள் உண்டியலில் பணத்தைக் கொட்டிவந்தனர். 46 ஆயிரம் கோயில்கள் அரசுடமை ஆகியது. இரண்டு லட்சத்திற்கும் மேற்பட்ட புத்த சந்நியாசிகள் நடுத்தெருவுக்கு வந்தனர்.

தற்போது ஜியான் என்று அழைக்கப்படும் சாங்கான் என்னும் நகரம்தான் சீனாவின் தலைநகராக அப்போது விளங்கியது. அங்கு பெரும் தீ விபத்து ஏற்பட்டு 4 ஆயிரத்திற்கும் மேற்பட்ட வீடுகள் எரிந்து நாசமாகின. ஏராளமான கட்டடங்கள் அழிந்து போயின. நூற்றுக்கணக்கான சரக்குக் கிட்டங்கிகள் முற்றிலும் சேதமடைந் தன. ஏற்கெனவே போரினால் நாசம் விளைந்து அதனை எதிர் கொள்ளக் கடும் பிரயத்தனம் மேற்கொண்டிருந்த நிலையில் இப்படிப்பட்ட இயற்கைப் பேரழிவு.

அடுத்த பதினைந்தாவது ஆண்டில் கனமழை. பெருவெள்ளம். உயிர்ப்பலி. பெரு நாசம்.

இதுபோன்ற பல்வேறு இடையூறுகள் தொடர்ந்து வந்த காரணத்தால் நாட்டில் குழப்பம் ஏற்பட்டு, மக்களிடையே டாங் வம்ச ஆட்சிக்கு எதிரான நிலை உருவானது. பின்னர் அது புரட்சியாக வெடித்தது. கி.பி. 907ஆம் ஆண்டு டாங் வம்சத்தின் ஆட்சி சீனாவில் முடிவுக்கு வந்தது.

புத்த மதகுருவானவரும், இந்தியாவில் புனித யாத்திரை மேற்கொண்டவருமான யுவான் சுவாங்கைப் பற்றிப் படிக்கும்போது அவர் காலத்தில் தழைத்தோங்கி இருந்த டாங் வம்ச ஆட்சியைப் பற்றி நாம் அவசியம் தெரிந்து கொள்ள வேண்டும்.

ஆகவேதான் டாங் வம்ச ஆட்சி காலத்தைப் பற்றிய சுருக்கத்தை இதுவரை நாம் பார்த்தோம். சீனாவில் புத்த மதம் அன்றைய காலக்கட்டத்தில் எவ்வாறு பரவியது என்பதும் நாம் தெரிந்து கொள்ள வேண்டும் என்பதற்காகவே இந்த சுருக்கமான டாங் வம்ச ஆட்சி விவரம்.

3

யாத்திரையின் தொடக்கம்

யுவான் சுவாங்!

பள்ளிப் பாடப் புத்தகங்களில் இவரைப் பற்றிச் சுருக்கமாகப் படித்த நினைவுகள் பலருக்கும் மறந்திருக்கும். ஆனால் இவரது பெயர் மட்டும் பசுமரத்தாணிபோல இன்னும் அனைவரின் நினைவிலும் நிலைத்து நிற்கிறது என்பது நிஜம்.

அதற்கு முக்கியக் காரணம் இவர் ஒரு யாத்ரீகர் என்பதால் கிடையாது. கி.பி. 7ஆம் நூற்றாண்டில் நம் இந்தியா எப்படி இருந்தது என்பதற்கான வரலாற்றுக் குறிப்புகளை எழுதி வைத்தவர் யுவான் சுவாங் என்பதுதான் ஒரே காரணம்.

கையில் ஒரு தோகை விசிறி, சற்றே பருத்து வீங்கிய கழுத்து, வட்டவடிவ முகம், வளைந்த புருவம், சிறிய உதடுகள், அதிக உயரமற்ற உடல்வாகு.

இப்படித்தான் யுவான் சுவாங்கின் சித்திரங்களை நாம் பாடப் புத்தகத்தில் பார்த்திருக்கிறோம். அவரது பெயரைக் கேட்டதும் இந்தச் சித்திரம்தான் நம் அகக் கண்ணில் தோன்றும்.

இவரைப் பற்றி ரிச்சர்ட் பெர்ன்ஸ்டைன் என்னும் அமெரிக்க எழுத்தாளர் 'அல்டிமேட் ஜர்னி' என்னும் புத்தகம் ஒன்றை எழுதி உள்ளார். அந்தப் புத்தகத்தில் தான் மேற்கொண்ட யாத்திரையின் போது யுவான் சுவாங் அனுபவித்த இடர்ப்பாடுகள், துயரங்கள், துன்பங்கள், கஷ்டங்கள் போன்றவற்றைத் தெளிவாக விளக்கி உள்ளார்.

அன்றைய காலக்கட்டத்தில் கூகிள் மேப் கிடையாது. ஏன் சாதாரண வரைபடம்கூடக் கிடையாது. இந்தியா என்றொரு நாடு இருப்பது தெரியும்.

ஆனால் அந்த நாடு எந்தத் திசையில் இருக்கிறது?

எந்த வழியாகச் செல்ல வேண்டும்?

எந்தெந்த மலையைக் கடக்க வேண்டும்?

எந்தெந்த பாலைவனத்தைக் கடந்து செல்ல வேண்டும்?

எந்தெந்த நாட்டைக் கடக்க வேண்டும்?

கடந்து செல்ல வேண்டிய காடுகள் எத்தனை?

வழித்தடங்கள் இருக்கின்றனவா?

எதுவுமே தெரியாத ஒரு நிலையில் உத்தேசமாக மேற்குத் திசையில் இந்தியா இருக்கிறது என்ற ஒரேயொரு குறிப்பை மட்டுமே உதவியாகப் பற்றிக் கொண்டு பெட்டியைத் தூக்கிக் கொண்டு கோவேறு கழுதைகளிலும், இன்னபிற நினைத்துக்கூடப் பார்க்க முடியாத வகையில் துணிச்சலாகக் கிளம்பினாரே யுவான் சுவாங்.

இந்தத் தைரியம் யாருக்குத்தான் வரும்?

அதனால்தான் 'யுவான் சுவாங் ஒரு மகத்தான யாத்ரீகர்' என்று உணர்ச்சிவசப்பட்டு வார்த்தைகளைத் துப்பியுள்ளார் ரிச்சர்ட்.

இதே எழுத்தாளர் இன்னொரு விஷயத்தையும் நமக்கு நினைவுபடுத்தி, நம் புத்தியைக் கூர்மைப்படுத்துகிறார்.

அன்று எந்தவொரு அடிப்படை வசதியான சாலை வசதிகூட

இல்லாமல் பயணித்து சீனாவில் இருந்து ஆப்கானிஸ்தான் வழியாக இந்தியாவை அடைந்தார் யுவான் சுவாங்.

ஆனால் இன்று அனைத்து வசதிகளும், நினைத்துக்கூடப் பார்க்க முடியாத அளவிற்கு தொழில்நுட்ப வசதிகள் இருந்தும் ஆப்கானிஸ்தானுக்குச் செல்ல முடியவில்லை. வழியெங்கும் கண்ணி வெடிகுண்டுகள் புதைக்கப்பட்டுள்ளன. அத்தனை தீவிரவாதம்!

ரிச்சர்ட் சொல்வதை நூற்றுக்கு நூறு உண்மை என்று நாம் தலையாட்டி ஆமோதிக்கத்தான் வேண்டும்.

தனது புத்தகத்தை அவர் எப்படி நிறைவு செய்துள்ளார் தெரியுமா? படித்தால் மனம் இறுக்கமாகிறது.

'அந்தக் காலத்தில் மழைக் காலங்களில் ஓர் ஆற்றைக் கடந்து செல்வதற்கு பல மாதங்கள் காத்திருக்க வேண்டியிருந்தது. இன்றோ பிரமிக்கத்தக்க வகையில் உறுதியான இரும்புப் பாலம் இருக்கிறது. ஆனால், அதைக் கடப்பதற்கு அரசு அனுமதி மறுப்பதால், பல ஆண்டுகள் காத்திருக்க வேண்டியிருக்கிறது'.

அந்தப் புத்தகத்தை வாசித்து முடிக்கும்போது இந்த வார்த்தைகள் நம் நெஞ்சைக் கசக்கிப் பிழிந்து கண்களில் நீரைக் கொட்ட வைக்கிறது.

மகத்தான உண்மையை அற்புதமாகச் சுட்டிக்காட்டியுள்ளார் மனிதர்!

நமக்கு வாஸ்கோடகாமாவைத் தெரியும்.

கொலம்பஸைத் தெரியும்.

கேப்டன் குக்கைப் பற்றிக்கூடத் தெரியும்.

இவர்கள் அனைவரும் ஆயிரக்கணக்கான மைல்களைக் கடற் பயணம் மூலம் கடந்து புதிய புதிய தேசங்களைக் கண்டுபிடித்தனர். ஆனால் அவர்களின் பயணத்தில் புதிய நாடுகளைக் கண்டுபிடிக்க வேண்டும் என்ற நோக்கத்துடன் மதப் பிரச்சாரம் செய்யும் நோக்கமும் மறைந்து கிடந்தது.

ஆனால் யுவான் சுவாங்கின் பயணத்தில் அறிவும், ஞானமும் கற்றுத் தெளிய வேண்டும் என்ற ஒரேயொரு நோக்கம் மட்டுமே இருந்தது.

அந்த அளவிற்குப் புனித எண்ணம் கொண்டிருந்தார் யுவான் சுவாங்.

உண்மையான புனிதர்!

தன்னந்தனியே ஆயிரக்கணக்கான மைல்களைப் பசியும், பட்டினியுமாக குதிரைகள், மட்டக்குதிரைகள், கழுதைகள், கோவேறு கழுதைகள் போன்ற கால்நடைகளின் துணையோடும், கால் நடையாகவும் கடந்தவர் யுவான் சுவாங்.

ஞானத்தை இன்னும் ஆழமாகக் கற்றுத் தெளிய வேண்டும் என்ற வேகம்தான் அவரது இந்தக் கடினப் பயணத்திற்கு முக்கியக் காரணம்.

சுமார் இரண்டாண்டுகள் கடினப் பயணத்திற்குப் பின்னர் இந்தியாவை அடைந்தார் இந்தப் புத்த மதத் துறவி..

இதற்காக இவர் கடந்து வந்த தூரம் 20 ஆயிரம் மைல்களுக்கும் அதிகம்.

629ஆம் ஆண்டு யுவான் சுவாங் கண்ட கனவை அடுத்து இந்தியாவிற்குச் செல்லத் தீர்மானித்தார். அவரது சகாக்கள் பலரும் இந்த முயற்சியைக் கண்டித்தனர். பல ஆயிரம் மைல்கள் பயணித்து இந்தியாவிற்குச் செல்வது என்பது நிச்சயமாக முடியாத ஒன்று என்று அவர்கள் எச்சரித்தனர்.

ஆனால் யுவான் சுவாங்கிற்குத் தனது பயணத்தின்மீது அபார நம்பிக்கை இருந்தது. எனவே சகத் துறவிகளின் எச்சரிக்கையை அவர் பொருட்படுத்தவில்லை. தனது முடிவில் உறுதியாகவே இருந்தார்.

இதனிடையே அவர் இந்தியப் பயணம் மேற்கொள்வதற்கு நாட்டின் மோசமான போர்ச் சூழலும் ஒரு தடையாக இருந்தது. அதாவது டாங் வம்சத்தைச் சேர்ந்த டய்சாங், மிகப் பெரிய போரை அப்போது நடத்திக் கொண்டிருந்தார்.

இதனால் நாட்டை விட்டு வேறு நாட்டுக்கு யாரும் செல்லவோ, உள்ளே வரவோ கூடாது என்ற ஆணையை அவர் பிறப்பித்திருந்தார்.

இதுவும் அவர் பயணத்திற்கு மிகப் பெரிய தடையாக இருந்தது. ஆயினும் அதனைப் பற்றிக் கவலைப்படாமல் தடையை மீறி தனது நீண்ட நாள் கனவுப் பயணத்தைத் தொடர்ந்தார்.

சீன எல்லையைக் கடக்க முற்பட்டபோது இராணுவ அதிகாரிகள் அவரைக் கைது செய்தனர். ஆனால் புத்தத் துறவி என்பதால் அவரை சிறையில் அடைக்காமல் அருகிலுள்ள புத்த

மடாலயத்தில் கொண்டு போய்ச் சேர்க்குமாறு இராணுவ அதிகாரி கட்டளையிட்டார்,

ஆனால் அதற்கு யுவான் சுவாங் ஒத்துக்கொள்ளவில்லை. இந்தியாவிற்குச் செல்லத் தன்னை அனுமதிக்க வேண்டும் என்று இராணுவ அதிகாரிகளிடம் தொடர்ந்து வலியுறுத்தினார்.

ஆனால் அதிகாரிகள் திட்டவட்டமாக அதனை நிராகரித்து விட்டனர்.

இதனால் வருத்தமும், கோபமும் அடைந்த யுவான் சுவாங், தனது இந்தியப் பயணத்திற்கு அனுமதிக்காமல் மடாலயத்திற்குக் கொண்டு சென்றால் இந்த இடத்திலேயே தனது கழுத்தை அறுத்து தற்கொலை செய்து கொள்ளப்போவதாகக் கூறினார். கூறியதோடு நின்றுவிடாமல் கத்தியையும் கையில் எடுத்தார்.

இதனால் பதறிப்போன இராணுவ அதிகாரிகள், அவரைச் சமாதானப்படுத்தி, அவரது விருப்பத்திற்கு இணங்கினர். சீனாவின் எல்லையைக் கடந்து செல்ல அனுமதியளித்தனர்.

மேற்குத் திசை நோக்கிய தனது கனவுப் பயணத்தை நிஜமாகத் தொடங்கினார் யுவான் சுவாங். டய்சாங் மன்னரின் ஆளுகைக்கு உட்பட்ட எல்லையை வெற்றிகரமாகக் கடந்து லீ யாங் செள என்னும் இடத்தை அடைந்தார். இதனை கான்சு என்றும் அழைப்பர்.

இதனையடுத்து குயின்ஹாய் மற்றும் ஆன்க்ஸி மாகாணங் களைச் சென்றடைந்த யுவான், அடுத்து மிகப் பெரிய கோபி பாலைவனத்திற்குள் நுழைந்தார்.

கோபி பாலைவனம் சீனாவின் வடக்கு எல்லையில் அமைந்துள்ளது. அதாவது மங்கோலியாவின் தெற்கு எல்லையில் அமைந்துள்ளது என்றும் சொல்லலாம்.

உலகில் காணப்படும் மிகப் பெரிய பாலைவனங்களில் இதுவும் ஒன்று. இதன் பரப்பளவு ஒரு கோடியே 30 லட்சம் சதுர கிலோ மீட்டர்.

இந்தப் பாலைவனத்தின் சிறப்பம்சம் என்னவென்றால் மணல் அதிகமாகக் காணப்படுவதில்லை. பதிலாக கற்கள் நிறைந்த ஒரு கடினமான பாலைவனமாக கோபி பாலைவனம் விளங்குகிறது. முதன் முதலாக டைனோசர் முட்டை கண்டெடுக்கப்பட்டதும் இங்கே தான்.

இவ்வளவு பெரிய பாலைவனத்திற்குள்தான் யுவான் சுவாங் தன்னந்தனியே பயணித்தார். இவ்வளவு பெரிய பாலைவனத்தைக் கடப்பது என்பது சாதாரண விஷயமல்ல.

கடுமையாகச் சுட்டெரித்தது வெயில். ஒதுங்குவதற்கு சிறு நிழல் கூட இல்லாத அவலம். உடம்பில் நீர்ச்சத்து குறைந்து நாக்கு வறண்டு தாகம் வாட்டியெடுத்தது.

இதனிடையே எங்கு செல்ல வேண்டும் என்பதற்கான எந்தக் குறிப்பும் இல்லாத காரணத்தால் சரியான வழித்தடத்தில் செல்ல முடியாமல் எங்கெங்கோ சுற்றித் திரிந்தார். களைத்து சோர்ந்து போனார்.

ஒரு கட்டத்தில் களைப்பின் உச்சத்திற்கே சென்ற அவர், இதற்கு மேலும் உயிர் பிழைக்க வாய்ப்பே இல்லை என்ற நிலைக்குத் தள்ளப்பட்டார்.

ஒரு வெறுமை அவரைச் சூழ்ந்து கொண்டது. தான் கண்ட கனவு நிச்சயமாகக் கனவாக மட்டுமே இருக்கப் போவதாக நினைத்தார். தளர்ந்து போனார்.

எந்த முயற்சி செய்தாலும் இந்த இக்கட்டில் இருந்து விடுதலை பெறப் போவது என்பது சாத்தியமே இல்லை என்பது அவருக்கு உறுதியாகத் தெரிந்தது.

தனது குதிரையில் அமர்ந்து செல்வதற்குக்கூட அவரால் இயலவில்லை.

அவ்வளவு சோர்ந்து போயிருந்தார்.

அப்போது ஏதோ ஒரு யோசனை பளிச்சிட்டது. குதிரையோடு சேர்த்துத் தன்னைக் கட்டிக் கொண்டார். அது எங்கே செல்கிறதோ செல்லட்டும் என்று வாளாதிருந்து விட்டார்.

குதிரையும் அதன் போக்கிற்கு எங்கோ நடந்து போனது. எந்தத் திசையை நோக்கிச் செல்கிறது என்பது அதற்கும் தெரிய வில்லை. யுவான் சுவாங்கிற்கும் தெரியவில்லை. ஒருவேளை மறுபடியும் சீனாவை நோக்கியே செல்கிறதோ என்ற சந்தேகமும் அவருக்கு எழுந்தது.

ஆனாலும் அதைப் பற்றிக் கவலைப்படும் நிலையில் அவர் இல்லை. அரை மயக்கத்தில் குதிரையின் உடம்போடு உடம்பாக ஒன்றிக் கிடந்தார்.

குதிரைக்கும் கடுமையான தாகம்தான். ஆனாலும் அதற்காக யுவான் சுவாங்கைப் போல அது சோர்ந்து போய்விடவில்லை.

ஏதோ ஒரு இலக்கை நோக்கி அது நடந்து போய்க் கொண்டிருந்தது.

இவ்வாறு இரண்டு நாட்கள் கடந்து போய்விட்டன.

தளர்ந்துபோன நிலையில் உறக்க மயக்கத்தில் கட்டுண்டு கிடந்த யுவான் சுவாங், வெப்பத்தின் தீவிரம் கணிசமாகக் குறைவதை உணர்ந்து, கடினமாக முயற்சி செய்து கண்விழித்துப் பார்த்தார்.

சந்தோஷத்தில் திகைத்துப் போனார்.

அங்கே அவர் பார்த்தது -

மிகப் பெரிய சோலைவனத்தை!

அங்கே குளிர்ந்த தண்ணீர் தேங்கிக் கிடக்கும் அழகிய பொய்கை!

இது நிஜம்தானா என்று நம்புவதற்கே அவருக்குச் சில நிமிடங்கள் ஆகியது.

கயிற்றை அவிழ்த்தார். குதிரையில் இருந்து கீழே குதித்தார். அந்தச் சிறிய குளத்தை நோக்கி ஓடினார். இரு கரங்களாலும் தண்ணீரைத் தாகம் தீர அள்ளிஅள்ளிப் பருகினார்.

தனது எஜமான் தண்ணீர் பருகுவதை சந்தோஷமாகப் பார்த்த குதிரை, அதுவும் அங்கே வந்து நீரை உறிஞ்சி உறிஞ்சிக் குடித்து தாகம் தீர்த்தது.

தாகம் தீர்ந்தாலும் பசி தீரவில்லை. சுற்றிலும் வளர்ந்திருந்த ஈச்ச மரத்தைக் கண்டார். அதில் காய்த்துத் தொங்கிக் கொண்டிருந்த ஈச்சம் பழங்களைப் பறித்துத் தின்றார். தனது குதிரைக்கும் கொடுத்தார்.

மனிதர்களைவிடவும் விலங்கினங்கள் அபூர்வ சக்தி வாய்ந்தவை என்பது அப்போதுதான் அவருக்குப் புரிந்தது.

தனது உள்ளுணர்வின் மூலமாக அந்த வறண்ட பாலைவனத்தில் தண்ணீர் எங்கே இருக்கிறது என்பதைத் துல்லியமாக அறிந்து அங்கே அவரை அழைத்து வந்திருக்கிறது என்பதை உணர்ந்த போது உடம்பு சிலிர்த்தது.

'புத்தரின் கருணையே இது' என்று மனதார நினைத்து வானத்தைப் பார்த்து புத்த பெருமானுக்கு நன்றியைச் செலுத்திக் கொண்டார்..

இப்போது உடம்பில் அவருக்கு நல்ல தெம்பு வந்திருந்தது. மீண்டும் சோர்வடைவதற்குள் இந்தப் பயங்கரமான பாலைவனத்தைக் கடந்து சென்று ஏதோ ஒரு ஊரை அடைந்து விட வேண்டும் என்று நினைத்தார். குதிரையின் மீதேறி அமர்ந்தார். தனது பயணத்தைத் தொடர்ந்தார்.

மேற்குத் திசையை நோக்கிய பயணம் மேலும் பல தினங்கள் நடந்தது. கடைசியில் ஒரு வழியாக கோபி பாலைவனத்தைக் கடந்த யுவான் சுவாங், குமுல் என்னும் இடத்தை அடைந்தார். இந்த ஊர் ஹாமி என்றும் அழைக்கப்பட்டது.

அங்கிருந்த புனித மலையொன்றைக் கடந்தபோது அவர் டர்ஃபான் என்னும் அழகிய சோலைகள் நிரம்பிய ஒரு நகரை அடைந்தார்.

டர்ஃபான் ஒரு சிறிய நாடு. அந்நாட்டின் மன்னர் புத்த மதத்தைத் தழுவியவர். மேலும் புத்த பிட்சுகளின் மீது மிகுந்த மரியாதை உடையவர்.

இந்த விவரத்தை அறிந்த யுவான் சுவாங், நேராக அரண்மனைக்குச் சென்று மன்னரைச் சந்திக்க விரும்பினார். புத்த துறவி என்பதால் மன்னரும் உடனடியாக அதற்கு அனுமதியளித்தார்.

மன்னரோடு அவர் பேசியபோது, யுவான் சுவாங்கின் விசால அறிவைக் கண்டு வியந்து போனார் மன்னர். இவ்வளவு புத்திசாலி யான ஒருவர் தனது ஆஸ்தான குருவாக இருந்தால், தனக்கும், தனது நாட்டிற்கும் நன்மை பயக்கும் என்று நினைத்தார். யுவான் சுவாங்கின் சம்மதத்தைப் பெற்று அவரை ஆஸ்தான புலவராக நியமித்துக் கொண்டார்.

அந்த நாட்டில் ஒருசில மாதங்களைக் கழித்த யுவான் சுவாங், தனது இந்தியப் பயணத்தை மீண்டும் துவக்க விரும்பினார்.

ஆனால் மன்னருக்கோ அவர் அங்கிருந்து செல்வதில் விருப்பம் இல்லை. எனவே இதற்கு மறுப்பு தெரிவித்தார்.

இது அன்பினால் ஏற்பட்ட இக்கட்டு. ஆனாலும் தனது கனவுப் பயணத்தைத் தடுக்கும் மன்னரின் முயற்சியை அனுமதிக்க

யுவான் சுவாங்கிற்கு விருப்பம் இல்லை. நிச்சயமாகப் பயணம் செல்லும் தனது நிலைப்பாட்டை உறுதியாக அறிவித்தார்.

என்றாலும் மன்னர் மீண்டும் பிடிவாதமாக அவர் அங்கிருந்து எங்கும் செல்லக்கூடாது என்று உறுதியாக மறுத்துவிட்டார்.

இதனால் கோபமுற்ற யுவான் சுவாங், "என்னை இந்தியா செல்வதற்கு அனுமதி தர மறுத்தால், நான் சாகும் வரை உண்ணா விரதம் இருக்கப் போகிறேன்" என்று எச்சரித்தார்.

ஆனால் அதை ஒரு பொருட்டாக மன்னர் மதிக்கவில்லை. எனவே வேறுவழியின்றி உண்ணாவிரதப் போராட்டத்தைத் தொடங்கினார் யுவான் சுவாங்.

அவர் தண்ணீர் கூட அருந்தாமல் தீவிரமாகப் பட்டினி கிடந்ததைப் பார்த்த மன்னர், வேறு வழியின்றி அவரது பயணத்திற்கு அனுமதியளித்தார். அத்துடன் அவருக்குப் பல பரிசுகளை வழங்கியதோடு, தனது டர்ஃபான் நாட்டின் அரசுப் பிரதிநிதி என்ற முத்திரை ஓலையையும் அளித்தார். மட்டுமல்லாமல் அவர் பாதுகாப்புடன் பயணிப்பதற்கு வசதியாக சில பாதுகாவலர்களை அனுப்பியதோடு, வழியில் தேவைப்படும் பொருட்கள், பணம் போன்றவற்றையும் கொடுத்து அனுப்பினார்.

தென் மேற்கு திசையை நோக்கி யுவான் சுவாங் யாத்திரையை தொடர்ந்தார். நூறு கிலோ மீட்டர் தூரத்தைக் கடந்ததும் ஒரு மலையைக் கடக்க வேண்டிய நிர்ப்பந்தம் ஏற்பட்டது. இதனிடையே அங்கே இரண்டு ஆறுகள் வேறு குறுக்கிட்டன.

இப்படி அவர் ஒரு பள்ளத்தாக்கைக் கடந்து சென்றபோது, மறைந்திருந்த கொள்ளைக்காரர்களின் பார்வை அவர் மீது விழுந்தது.

நிறைய பொருட்களும், பாதுகாவலர்களுமாக அந்தப் பக்கம் குதிரையில் வந்துகொண்டிருந்த யுவான் சுவாங்கைப் பார்த்த கொள்ளையர்கள், நிச்சயமாக ஏதோ ஒரு அரச குடும்பத்தைச் சேர்ந்த இளவரசர் ஒருவர்தான் என்று நினைத்தனர். எனவே தயாராகக் கையில் வைத்திருந்த ஆயுதங்களுடன் அவர்களை வழிமறித்துத் தாக்குதல் நடத்தினர். பாதுகாவலர்களைக் கொன்ற கொள்ளையர்கள், அவர்கள் வைத்திருந்த பொருட்களைப் பறித்து தப்பியோடினர்.

இந்தத் தாக்குதலில் யுவான் சுவாங்கின் குதிரையின் காலும் உடைக்கப்பட்டுவிட்டது. எனவே யாருமே இல்லாமல் தனி ஆளாக

இருக்க வேண்டிய நிலைமைக்குத் தள்ளப்பட்டார். வேறு வழியின்றி தன்னந்தனியாக நடந்தே தனது பயணத்தைத் தொடர்ந்தார் அவர்.

யாக்னி என்னும் இடத்தை அடைந்தார்.

கிட்டத்தட்ட 350 கிலோ மீட்டர் தூரத்தைக் கடந்த அவர், குச்சா என்னும் நகரை அடைந்தார். இது குச்சா என்னும் நாட்டின் தலைநகராக விளங்கியது. மிகப் பழமையான நாடான இங்கு தேரவாத பௌத்தம் வலுவாகக் காலூன்றி இருந்தது.

இந்த நாடு தென் வடக்காக சுமார் 500 கிலோ மீட்டர் நீளமும், கிழக்கு மேற்காக சுமார் 300 கிலோ மீட்டர் அகலமும் உடையதாக விளங்கியது. குச்சா நகரம் சுமார் 9 கிலோ மீட்டர் பரப்பளவைக் கொண்டிருந்தது.

இங்கு அரிசி, கோதுமை, தினை, திராட்சை, மாதுளை, பிளம்ஸ், பேரிக்காய் போன்றவை விளைந்தன. அத்துடன் தங்கம், செம்பு, இரும்பு போன்ற உலோகங்களும் இங்கே கணிசமாகக் கிடைத்தன.

மிதமான வெப்பநிலை உடைய அந்த நாட்டு மக்கள் கம்பளி ஆடைகளை அதிகம் அணிந்து காணப்பட்டனர். கடினமான உழைப்பாளியாகவும் விளங்கிய அவர்கள், நிறைய இசைக் கருவிகளை வைத்து இசைத்து சந்தோஷமாக இருந்தனர்.

தலைமுடியைக் குட்டையாக மழித்திருந்த அந்நாட்டு மக்கள், தலைப்பாகை அணிந்து காட்சியளித்தனர். தங்கம், வெள்ளி மற்றும் செம்பால் ஆன நாணயங்களைப் பயன்படுத்தி வந்தனர்.

ஒரு அறிஞர் குழுவை அமைத்து அவர்களின் ஆலோசனைப் படி நல்லாட்சியை அந்நாட்டு மன்னர் நடத்தி வந்தது மெச்சத் தக்க வகையில் இருந்தது.

பின்னர் இங்கிருந்து வடமேற்கு திசையை நோக்கி தனது பயணத்தைத் தொடர்ந்தார். போ லூ கா என்னும் இடத்திற்குச் செல்வதாக அமைந்தது அவரது பயணம்.

அங்கு செல்வது அத்தனை எளிதாக இருக்கவில்லை. ஐஸ் மலையைக் கடந்து செல்ல வேண்டிய கட்டாயம் இருந்தது. அவ்வாறு செல்கிறபோது குளிர் காற்று மிகப் பலமாக வீசியது. அதனால் அவரது உடல் முழுவதும் இரத்த ஓட்டம் வேகமாகக் குறைந்து ஒருவித விறைப்பு நிலை ஏற்பட்டது.

நடந்து செல்கிற பாதை வேறு கரடு முரடாக சீரில்லாமல் காணப்பட்டது. கவனமாக நடந்து செல்ல வேண்டும். இல்லை யென்றால் மிகப் பெரிய ஆபத்தைச் சந்திக்க நேரிடும் வகையில் இருந்தது.

மேலும் ஆங்காங்கே கொடிய மிருகங்களின் அச்சத்தை வரவழைக்கச் செய்யும் சப்தம் கேட்டுக் கொண்டே இருந்தது. சற்றும் பாதுகாப்பே இல்லாத அந்த வழியில் ஏழு நாட்கள் அவரது பயணம் அமைந்தது.

ஒருவழியாக ஐஸ் மலையைத் தாண்டி வந்த யுவான் சுவாங் மேற்கு திசையை நோக்கி நடக்க ஆரம்பித்தார். சுமார் ஐநூறு கிலோ மீட்டர் தொலைவைக் கடந்ததும் பெரிய மலை ஒன்று குறுக்கிட்டது.

அதைக் கடந்து வடமேற்கு திசையை நோக்கிப் பயணித்தால் 'வெப்பக் கடல்' ஒன்றைக் காண நேரிட்டது. உண்மையில் அது கடல் கிடையாது. மிகப் பெரிய குளம்தான். ஆனால் அதனைக் கடல் என்றே அழைத்தனர்.

வெப்பக் கடல் என்பதற்காக அந்தக் குளத்துத் தண்ணீர் கொதியாய் கொதித்துக் கொண்டிருக்கவில்லை. சாதாரண தண்ணீரைப் போன்றுதான் இருந்தது. ஆனால் அங்கு பனிக் கட்டிகளாகக் காட்சியளித்த மலைப் பகுதியில் இருந்த அந்தக் குளத்துத் தண்ணீர் மட்டும் கட்டியாக உறைந்து போகாமல் சாதாரணமான தண்ணீராகவே இருந்த காரணத்தால் 'வெப்பக் கடல்' என்று அதனை அழைத்தனர்.

அங்கிருந்தும் 250 கிலோ மீட்டர் தூரம் பயணித்த யுவான் சுவாங், 'சூ ஷி' என்னும் தண்ணீர் நகரை அடைந்தார். அந்த நகரைச் சுற்றிலும் தண்ணீராகக் காட்சியளித்த காரணத்தால் இந்தப் பெயர் சூட்டப்பட்டது போலும்.

மேலும் 200 கிலோ மீட்டர் மேற்குத் திசை நோக்கிப் பயணித்ததும் 'தௌசன்ட் ஸ்பிரிங்ஸ்' (ஆயிரம் நீரூற்றுகள்) என்னும் நகருக்குச் சென்றார். அது ஒரு மாவட்டம். நூறு கிலோ மீட்டர் பரப்பளவு கொண்ட அங்கு ஒருபுறம் பனி படர்ந்த மலையும், மறுபுறம் சமதளமுமாக இருந்தது.

எங்கு பார்த்தாலும் அடர்ந்த மரங்களும், பூத்துக் குலுங்கிய மலர்களுமாகப் பார்ப்பதற்கு ஒரு சொர்க்க பூமியாகக் காட்சி அளித்தது.

அங்கிருந்து 370 கி.மீ. தூரம் பயணித்த யுவான் சுவாங், டாரஸ் என்னும் நகரை அடைந்தார். ஐந்து கிலோ மீட்டர் பரப்பளவைக் கொண்ட இந்த நகரம் துருக்கியர்களின் படையெடுப்பின்போது அவர்கள் வசமாகியது.

அந்த மிகச் சிறிய நகரத்தில் 80 ஆயிரம் சீனர்களை அடைத்து வைத்திருந்தனராம். பின்னர் துருக்கியப் படையினர் அங்கிருந்து நீங்கியதும், அங்கிருந்த ஆண்களும், பெண்களும், குழந்தைகளும், முதியவர்களுமான சீனர்கள் அங்கிருந்து தங்கள் சொந்த நாடான சீனாவிற்குச் சென்றனர். ஆனால் முன்னூறு சீனர்கள் மட்டும் தங்கள் சொந்த நாட்டிற்குத் திரும்பிச் செல்ல மனமில்லாமல் இந்த டாரஸ் நகரிலேயே தங்கிவிட்டனர்.

மேலும் அவர்கள் துருக்கியர்களின் கட்டுப்பாட்டில், அந்த நாட்டவர்களோடே வாழ்ந்த காரணத்தால், அவர்களைப் போலவே உடைகளை உடுத்தினார்கள். அவர்களைப் போலவே உணவும் சமைத்தனர். சீனர்களாக இருந்தபோதிலும் அநேகமாக அவர்கள் துருக்கியர்களைப் போலவே வாழ்ந்துவந்தனர். என்றாலும் சீன மொழியை மட்டும் மறக்காமல் அதனையே பேசியும் வந்தார்கள்.

டாரஸ் நகரில் இருந்து நூறு கிலோ மீட்டர் தொலைவில் உள்ள பாய் சூய் செங் என்னும் நகருக்குச் சென்றார். 'வெள்ளைத் தண்ணீர் நகரம்' என்பது இதன் பொருள்.

அடர்ந்த காடுகளை உடைய இந்தப் பகுதி சதுப்பு நிலமாகக் காட்சியளித்தது. வண்டல் மண் பூமியாகவும் விளங்கியது.

இதனைத் தொட்டு இருந்தது கான் என்னும் நாடு. 500 கி.மீ. பரப்பளவிலான இந்த நாடு நல்ல மண் வளமுள்ள நாடாக விளங்கியது. எனவே இங்கு உழவுத் தொழில் கொடிகட்டிப் பறந்தது.

காய்கறிகள், பழங்கள், மலர்கள், திராட்சை போன்றவை இங்கு தாராளமாகக் கிடைத்தன. நூற்றுக்கும் மேற்பட்ட நகரங்கள் மற்றும் கிராமங்களை உடைய கான் நாட்டில் ஒவ்வொரு ஊருக்கும் ஒரு ஆளுநர் இருந்தார். அவரே அந்தந்த ஊர்களின் நிர்வாகத்தைக் கவனித்து வந்தார்.

பிரபுக்களின் பிரதேசம் என்று அழைக்கப்பட்ட இந்த நாட்டின் ஒரு நகரமான நியூசிக்கான் என்னும் நகரத்தை வெறும் 25 கி.மீ. தூரம் நடந்து சென்று அடைந்தார் யுவான் சுவாங்.

பழைய டாஷ்கண்ட் நகரம்

இதனையடுத்து அக்சூ என்னும் நகரைச் சென்றடைந்த பின்னர் மேலும் நூறு கிலோ மீட்டர் மேற்கு நோக்கிப் பயணித்து சீ ஷிஹ் என்னும் தேசத்தை அடைந்தார். 500 கி.மீ. பரப்பளவுள்ள அந்த நாட்டில் யீ என்னும் வற்றாத ஜீவ நதி ஓடிக்கொண்டிருந்தது.

நல்ல தட்பவெப்ப நிலையைக் கொண்ட இந்த நாட்டின் ஃவீ ஹான் என்னும் நகருக்குத்தான் யுவான் சுவாங் சென்றார். அந்த நாட்டில் பத்து பெரிய நகரங்களும், சிறிய நகரங்களும், சில கிராமங்களும் இருந்தன.

இந்த மாநகரங்கள், நகரங்கள், கிராமங்கள் என ஒவ்வொன்றும் தனித்தனியே ஒவ்வொரு மாஜிஸ்திரேட் தலைமையில் நிர்வகிக்கப்பட்டு வந்தது.

இந்த ஆட்சி அமைப்பு முறை துருக்கியர்களின் கட்டுப் பாட்டில் இருந்தபோது அவர்கள் இவர்களுக்குக் கற்றுக் கொடுத்தது. அதுவே நீண்ட காலத்திற்கு அங்கே நடைமுறையில் இருந்து வந்தது.

யுவான் சுவாங் சென்றடைந்த ஃவீ ஹான் நகரம்தான் பின்னர் டாஷ்கண்ட் என்று அழைக்கப்பட்டது. தற்போதும் அப்படித்தான் அழைக்கப்பட்டு வருகிறது.

இந்த நகரை டாலமி எப்படி அழைத்தார் தெரியுமா?

ஸ்டோன் டவர் (Stone Tower)!

இங்கு கட்டப்பட்டுள்ள மசூதி இரண்டாம் தரக் கற்களால் ஆனது. வீடுகள் மண்ணால் கட்டப்பட்டுள்ளன.

தற்போதைய உஸ்பெகிஸ்தான் நாட்டின் தலைநகராக டாஷ்கண்ட் விளங்குவது குறிப்பிடத்தக்கது.

இந்த நாடு 2 ஆயிரம் கிலோ மீட்டர் பரப்பளவுடைய பெரிய தேசமாக விளங்கிற்று. நாட்டைச் சுற்றிலும் அரணாக மலைகள் காணப்பட்டன. பயிர் செய்யத்தக்க வகையிலான மண் வளம் இங்கு காணப்பட்டது.

மலர்களும், பழங்களும் பெரிய அளவில் பயிரிடப்பட்டு வந்தன. ஆடுகளும், குதிரைகளும் இங்கு நிரம்பி வழிந்தன. கால நிலை குளிராகவும், மழைப் பொழிவு மிக்கதாகவும் இருந்தது. இயற்கை அழகு கொட்டிக் கிடந்தது. நிறைய ஆறுகளும் காணப் பட்டன.

இங்கு வசித்துவந்த மக்கள் கனத்த இதயத்தைக் கொண்டவர்களாகவே தெரிந்தனர். முரட்டு சுபாவம் உடையவர்களாக இருந்ததால் மற்ற மனிதர்களிடம் இருந்து மிகவும் வித்தியாசப்பட்டவர்களாகவே தெரிந்தனர்.

இறையாண்மை என்பது அங்கே எள்ளளவும் காணப்படவில்லை. தவறான அம்சம் கொண்ட ஒரு நாடாகவே அது அமைந்திருந்தது.

யுவான் சுவாங் இங்கு வந்து சென்ற சில வருடங்களில் மேற்கு துருக்கியர்களின் படையெடுப்பை அடுத்து இந்நாட்டு மன்னர் படுகொலை செய்யப்பட்டார். இவரைக் கொன்றுவிட்டு அந்நாட்டு மன்னர் பதவியை அடைந்தவர் இவரது மகன்.

டாஷ்கண்டில் இருந்து மீண்டும் மேற்கு திசை நோக்கிய பயணத்தைத் தொடர்ந்தார் யுவான் சுவாங். 500 கி.மீ. நெடும் பயணத்திற்குப் பிறகு சூ டு லீ செ நா என்னும் ஒரு பிரதேசத்தை அடைந்தார்.

700 கி.மீ. பரப்பளவிலான இங்கு ஷீ என்னும் நதி ஓடிக் கொண்டிருந்தது. டாஷ்கண்ட் நகரைப் போலவே இதுவும் செழிப்பான மண் வளம் உடைய பூமியாகக் காட்சியளித்தது.

இருப்பினும் இந்த நாடு துருக்கியர்களின் கட்டுப்பாட்டில் இருந்தது. அவர்கள்தான் ஆட்சி செய்து வந்தனர்.

சூ டு லீ செ நா என்பதை 'சுட்ரிஷான்' என்றும் அழைத்தனர். சமஸ்கிருத மொழியில் இதற்குப் பொருள் 'மகிழ்ச்சி' என்கின்றனர்.

இந்த நாட்டில் ஆறுகளோ, நதிகளோ இல்லை. ஆனால் ஏராளமான நீரோடைகள் இருந்தன. நிறைய நீரூற்றுகளும் உண்டு. எனவே பசுமை அங்கு மேலோங்கிக் காணப்பட்டது. அழகிய புல்வெளிகள், மரங்கள் அடர்ந்த சோலைகள் என்று பார்க்க ரம்யமான இடமாகக் காட்சியளித்தது.

தங்கம், வெள்ளி, செம்பு ஆகிய சுரங்கங்கள் இங்கே அதிகம் காணப்பட்டன. நாட்டைச் சுற்றிலும் இங்கும் மலைகள் அரணாகக் காவல்புரிந்து கொண்டிருந்தன.

சுட்ரிஷான் நாட்டில் இருந்து வடமேற்குத் திசைப் பயணத்தை மேற்கொண்டபோது அங்கே அவரை இடைமறித்தது மிகப் பெரிய பாலைவனம்.

500 கி.மீ. தூரம் நடந்த அவர் பின்னர் மேற்குத் திசை

நோக்கித் திரும்பி 250 கி.மீ. தூரப் பயணத்திற்குப் பிறகு அடைந்த இடம் சா மெ கான். இதனை சமர்கண்ட் என்றும் அழைத்தனர். தற்போது இந்த இடம் ‘சமோகான்’ என்று அழைக்கப்படுகிறது.

இங்கு அரேபியர்களின் ஆட்சி நடைபெற்று வந்தது. அங்குள்ள மக்களும் பெரும்பாலும் அரேபிய மொழியைத்தான் பேசினார்கள்.

850 கி.மீ. பரப்பளவுள்ள இந்த நாடு கிழக்கு மேற்காக நீண்டு கிடந்தது. விவசாயத்திற்கேற்ற மண்வளம் கொண்டிருந்த இங்கு, மரங்களும், மலர்களும் அதிகம் காணப்பட்டன. செழிப்பான குதிரைகளை நிறையப் பார்க்க முடிந்தது.

இங்குள்ள மக்கள் சாமர்த்தியமும் ஆற்றலும் நிறைந்தவர் களாகத் தெரிந்தனர். நிறைய கைவினைக் கலைஞர்களைப் பார்க்க முடிந்தது. வர்த்தகத்தின் மையப் பகுதியாகவும் விளங்கியது.

அரேபியர்களின் ஆட்சி நடைபெற்ற காரணத்தால் புத்த கோயில்கள் அநேகமாக அங்கே நலிந்த நிலையில் காணப்பட்டது. இது யுவான் சுவாங்கிற்கு வருத்தமளித்தது.

இந்நிலையில் அங்கே புத்த மதத்தைப் பற்றிய பிரசங்கத்தை மேற்கொண்டார் அவர். இந்தப் பேச்சு அப்பகுதி மக்களை வெகுவாகக் கவர்ந்தது.

சமோகான் என்னும் இந்த நகரில் இருந்து 50 கி.மீ. தொலைவில் உள்ள மீ மோ ஹா என்னும் சிறிய பிரதேசத்தை அடைந்தார். அந்த நாடு 250 கி.மீ. பரப்பளவு மட்டுமே உடையது. இது பாமிர் என்னும் மலைப்பகுதியில் அமைந்திருந்தது.

சமர்கண்ட் போன்றே இயற்கைச் செழிப்புடன் காணப்பட்ட இந்த நகரைச் சுற்றிலும் பாதுகாப்புச் சுவர் அமைக்கப்பட்டிருந்தது. உள்ளே செல்ல வேண்டும் என்றால் இரும்புக் கதவின் வழியாகத் தான் பிரவேசிக்க வேண்டும். இந்த நாடு பின்னர் மேற்கு துருக்கியர்களின் கைகளில் வீழ்ச்சியடைந்தது.

அங்கிருந்து மேற்குத் திசை நோக்கிய பயணத்தை ஆரம்பித்தார் யுவான் சுவாங். 150 கி.மீ. பயணத்திற்குப் பிறகு குசானிக் என்னும் இடத்தை அடைந்தார். அது அந்த நாட்டின் தலைநகராகவும் அமைந்திருந்தது.

கி.பி. 660ஆம் ஆண்டில் இந்த குசானிக் நகரில் இருந்து சங்ஹா புத்த மதத் துறவி ஒருவர் சீனாவிற்கு விஜயம் செய்ததாக

வரலாற்றுக் குறிப்புகள் உணர்த்துகின்றன. இங்கு புத்த மதம் வளர முக்கிய காரணமாகத் திகழ்ந்தவர் யுவான் சுவாங்.

குசானிக்கில் இருந்து நூறு கிலோ மீட்டர் தூரப் பயணத்தில் ஹாகன் என்னும் சிறிய நகரம் ஒன்றுள்ளது. இதன் தென் பகுதியில் நாமி என்னும் நதி ஒன்று அழகாகவும், அமைதியாகவும் ஓடிக் கொண்டிருந்தது.

அங்கிருந்து தென்மேற்கு திசையில் பு கோ என்னும் நகரம் உள்ளது. தற்போது உஸ்பெகிஸ்தான் நாட்டில் உள்ள இந்த நகரம் பொகாரா என்று அழைக்கப்படுகிறது. ஹாகனில் இருந்து 200 கி.மீ. தொலைவில் உள்ள இந்த நகரை அடைந்தார் யுவான் சுவாங்.

பின்னர் மேற்கு நோக்கி 200 கி.மீ. தூரத்தைக் கடந்தபோது ஃபா டி என்னும் இடத்தை அடைந்தார்.

சமோகானில் இருந்து தென்மேற்குத் திசையில் உள்ளது ஹு லீ ஸீ மீ கா என்னும் நகரம். இதனை கசன்னா என்று அழைத்தனர். 15 கி.மீ. சுற்றளவிலான இங்கு ஆக்ஸஸ் நதி பாய்ந்தோடிக் கொண்டிருந்தது. கசன்னா என்னும் இந்த நாட்டின் மொத்த;ரீ பரப்பு 750 கி.மீ.

பின்னர் அமு தாரியா மற்றும் டெர்மஸ் என்னும் இடங்களை அடைந்தார். அங்கு ஆயிரத்திற்கும் மேற்பட்ட புத்தத் துறவிகள் வசித்து வந்ததைப் பார்த்து மிகவும் மகிழ்ச்சி அடைந்தார்.

இந்தியா செல்லும் பயணத்தின்போது ஆப்கானிஸ்தானைக் கடந்துதான் செல்ல வேண்டும். அதுதான் ஒரே வழி. ஆப்கானியர்கள் பேசும் மொழியைப் புரிந்து கொள்வது கடினம் என்பதால் மடாலயத்தில் ஆப்கன் மொழி தெரிந்த ஒருவரை அந்தப் புத்தத் துறவிகள் உதவிக்காக அனுப்பி வைத்தனர்.

ஒருவழியாக குந்தூஸ் நகரை வந்தடைந்தார். இது ஆப்கானிஸ்தானின் வடக்கு எல்லை நகரமாகும். அங்கு விஷம் அருந்தி கொல்லப்பட்ட அல்லது தற்கொலை செய்துகொண்ட இளவரசர் டார்டுவின் இறுதிச் சடங்கில் யுவான் சுவாங் கலந்து கொண்டதாக வரலாற்றுக் குறிப்புகள் மூலம் நாம் தெரிந்து கொள்ள முடிகிறது.

இங்கே தர்மசிம்ஹா என்னும் புத்தத் துறவியைச் சந்திக்கும் வாய்ப்பு அவருக்குக் கிடைத்தது. மறைந்த இளவரசர் டார்டு இவருக்கு ஒரு அறிவுரை வழங்கி இருந்தார்.

அதேபோன்ற அறிவுரையைத் தர்மசிம்ஹாவும் வழங்கினார்.

அவர்கள் இருவரின் வழிகாட்டுதல்படி மேற்கு முகமாகத் தனது பயணத்தை மேலும் முடுக்கிவிட்டார். பால்ஹ் என்னும் இடத்தைச் சென்றடைந்தார்.

பால்ஹ் என்பது தற்போது ஆப்கானிஸ்தான் என்று அழைக்கப்படுகிறது.

அங்கு சென்ற யுவான் சுவாங். புத்த மதத்தினரின் இருப்பிடங்கள் மற்றும் மடங்களைச் சென்று பார்த்தார். குறிப்பாக நவ விஹார புத்தர்களின் மடத்திற்கும் சென்றார். அது நவ்பஹார் என்று அழைக்கப்பட்டது.

இந்த மடத்தைப் பார்த்து பிரமித்துப் போன அவர், மேற்குலகில் அமைந்துள்ள துறவியர்களின் மடங்களில் மிகச் சிறப்பானது என்னும் பெருமை இதற்கு உண்டு என்றார்.

இங்கு 3 ஆயிரத்திற்கும் மேற்பட்ட தேரவாத புத்த துறவிகள் இருப்பதைக் கண்டார். இவர்களில் பிரஜ்னக்காரா என்னும் முக்கிய சீன புத்த மதத் துறவியும் இருந்தார்.

மகாவிபா என்னும் புத்த மதத் தத்துவ நூல் ஒன்றை அங்கிருந்து பெற்றார். பின்னர் சீனாவிற்குத் திரும்பிச் சென்றதும் அதனை சீன மொழியில் மொழிபெயர்த்தது குறிப்பிடத்தக்கது.

பால்ஹில்லில் இருந்து பாம்யான் என்னும் இடத்திற்குச் செல்ல தெற்கு நோக்கிப் பயணத்தைத் தொடர்ந்தார். அப்போது அவரோடு சீனத் துறவி பிரஜ்னக்காராவும் இணைந்துகொண்டார்.

பாமியன் என்னும் பள்ளத்தாக்கில் மலைச் சரிவுகளில் அமைந்திருந்தது பாமியன் என்னும் இடம். இந்தியாவின் காந்தார அரசின் ஆதிக்கத்தின் கீழ் இருந்தது பாமியன்.

கி.பி. 11ஆம் நூற்றாண்டு வரை சீனாவின் சந்தைகளையும், மேற்காசியப் பகுதிகளையும் இணைத்த பட்டுப் பாதையில் அமைந்திருந்தது இந்த இடம்.

புத்தத் துறவிகள் மடங்கள் மட்டுமல்லாமல் பல இந்து மத மடங்களும் காணப்பட்டன. சமயம், மெய்யியல், இந்திய மற்றும் கிரேக்கக் கலைகளின் மையமாகவும் திகழ்ந்தது.

கி.பி. ஒன்றாம் நூற்றாண்டு முதல் கி.பி. ஒன்பதாம் நூற்றாண்டு வரை புத்த மதத் தலமாக விளங்கிய இந்த இடம்,

பின்னர் இஸ்லாமிய படையெடுப்பிற்குப் பிறகு புத்த மதம் அங்கு புதையுண்டு போனது.

பாமியான் நாட்டின் மன்னரைச் சென்று சந்தித்தார். அங்கு தேரவாத புத்தத் துறவிகளின் மடங்கள் ஏராளமாக இருந்ததைப் பார்த்து மன;ளீ மகிழ்ந்தார்.

பாமியன் என்னும் இந்த இடத்தை 'ஒரு பௌத்த மையம்' என்று வர்ணித்துள்ளார் யுவான் சுவாங். இங்கே பத்துக்கும் மேற்பட்ட புத்தத் துறவிகள் மடங்களும், ஆயிரத்திற்கும் மேற்பட்ட துறவிகளும் இருந்ததாகத் தனது குறிப்பில் அவர் பதிவு செய்துள்ளார்.

இரண்டு புத்தர் சிலைகள் பொன்னாலும் மணியாலும் அழகு படுத்தப்பட்டிருந்ததைப் பார்த்துத் திகைத்துப் போனார் அவர். மேலும் படுக்கை வசத்தில் இருந்த புத்தர் சிலை ஒன்றைப் பார்த்து அவர் வியந்தும் போனார்.

மட்டுமல்லாமல் அங்குள்ள பாறைகளில் புத்தரின் வடிவங்கள் அற்புதமாகச் செதுக்கப்பட்டிருந்ததைப் பார்த்து மெய்சிலிர்த்துப் போனார் யுவான் சுவாங்.

பால்ஹ் மற்றும் பாமியன் பகுதிகளில் மன்னர் கனிஷ்கர் புத்த மதத்தை நன்றாகப் பரவச் செய்திருந்தார். ஐநூறு ஆண்டுகளைக் கடந்தும் புத்த மதம் அங்கே சிறப்பாக வளர்ந்தோங்கி இருந்தது.

அங்கு புத்தரின் புனிதப் பொருட்கள் பலவற்றை அவர் பார்த்தார். அங்கிருந்த புத்த மடாலயங்களில் புத்த பிரானின் தண்ணீர்க் குவளை, அவருடைய துடைப்பம், பற்களுள் ஒன்று ஆகியவற்றை யுவான் சுவாங் பார்த்து மெய்சிலிர்த்துப் போனார்.

சிந்து நதியின் கிழக்குக் கரையில் அமைந்திருந்த காந்தாரம் தற்போது இந்த இடம் கந்தகார் என்று அழைக்கப்படுகிறது.

பல அறிஞர்கள் பிறந்த அறிவு பூமி. புத்த மதத்திற்கு வலு சேர்க்கும் சூத்திரங்கள், சாஸ்திரங்கள் பலவும் இந்த அறிஞர்களால் வழங்கப்பட்டுள்ளன. இங்கு கௌதம புத்தரின் தர்மம் செழித்தோங்கி இருந்ததைக் கண்டதாக யுவான் சுவாங் நிறைவுடன் கூறியுள்ளார்.

அப்புறம் அவரது பயணத்தை மீண்டும் தொடங்கினார். இப்போது அவரது பயணம் கிழக்குத் திசை நோக்கி அமைந்தது.

ஷிபார் என்னும் இடத்தின் வழியாகச் சென்ற அவர் கபிசி என்னும் இடத்தை அடைந்தார். இது ஆப்கானிஸ்தான் தலைநகரம் காபூலில் இருந்து 60 கி.மீ. தொலைவில் உள்ளது.

இங்கும் புத்த மதம் தழைத்தோங்கி இருந்தது. நூற்றுக்கும் மேற்பட்ட புத்தத் துறவிகளின் மடங்கள் இருந்தன. அவற்றில் 6 ஆயிரத்திற்கும் மேற்பட்ட புத்தத் துறவிகள் இருந்தனர். அவர்கள் பெரும்பாலும் மகாயான பிரிவைச் சேர்ந்தவர்களாகவே இருந்தனர்.

கபிசி என்னும் இந்தப் பகுதி பண்டைய மகாஜனபதம் என்னும் அரசாட்சியின் கீழிருந்த ஒன்றாகும். அதாவது மகாஜனபதத்தின் கீழிருந்த 16 பகுதிகளில் ஒன்றான காந்தாரம் என்னும் பகுதியில் அமைந்திருந்தது கபிசி என்கிறது வரலாறு. இன்னும் தெளிவாகச் சொல்வது என்றால் இந்தியாவின் ஒரு பகுதியாக இருந்தது கபிசி என்னும் நகரங்கள்.

துறவிகளிடம் புத்த மதத்தைப் பற்றி விரிவாக விவாதித்தார் யுவான் சுவாங். அத்துடன் புத்த மதப் பிரிவுகளைப் பற்றியும், தத்துவத்தைப் பற்றியும் அவர்களுக்கு விளக்கிக் கூறவும் செய்தார்.

இந்த நீண்ட நெடிய பயணத்தில் மட்டுமல்லாமல், தனது வாழ்விலேயே முதன்முறையாக இங்குதான் அவர் ஜெயின் சமூகத்தினரையும், இந்துக்களையும் சந்தித்தார். இது அவருக்கு ஒரு வித்தியாசமான அனுபவமாகவும் இருந்தது.

அங்கிருந்து ஆப்கானிஸ்தானின் கிழக்குப் பகுதியில் உள்ள நகரங்களான ஜலாலாபாத் மற்றும் லஹ்மான் போன்ற நகரங்களை அடைந்தார் யுவான் சுவாங்.

சுமார் 5 ஆயிரம் கிலோ மீட்டர் பயணித்து யுவான் சுவாங் இந்தியாவிற்கு வருகை தந்தது குறிப்பிடத்தக்கது.

4

இந்தியா வருகை

யுவான் சுவாங் பின்னர் சென்றடைந்தது புருஷபுரம். தற்போது பெஷாவர் என்று அழைக்கப்படுகிறது. பாகிஸ்தான் நாட்டில் உள்ள இந்த நகரில் புத்த பிரானின் பிச்சைப் பாத்திரத்தை வைத்து ஒரு அழகிய ஸ்தூபி ஒன்றை எழுப்பி இருந்தனர். ஆனால் அந்தப் பாத்திரம் இப்போது அங்கில்லை என்பது துன்பகரமான உண்மை.

மற்றொரு பகுதியில் சுமார் நூறு அடி உயரத்தில் போதி மரம் ஒன்றும் இருந்தது. இதுவரை இந்நிலவுலகில் அவதரித்துள்ள நான்கு புத்தர்களும் இந்தப் போதி மரத்தின் கீழ் அமர்ந்துள்ளதாக அங்குள்ளவர்கள் மகிழ்ச்சியோடு தெரிவித் தனர்.

அத்துடன் அவர்கள் மற்றொரு உறுதியான நம்பிக்கை ஒன்றையும் வெளிப்படுத்தினார்கள். அதாவது இன்னும் இந்தப் பூமியில் அவதரிக்கப்போகும் 996 புத்தர்களும் இதே மரத்தின் கீழ் வந்து அமர்வார்களாம்.

கண்களை மூடி அம்மரத்தின் கீழ் அமர்ந்து சிறிது நேரம் ஆனந்தத்தில் லயித்திருந்தார் யுவான் சுவாங்.

அதனருகிலேயே சுமார் 400 அடி உயரத்தில் ஸ்தூபி ஒன்றும் அமைக்கப்பட்டிருந்தது. வைரத்தாலும், பொன்னாலும் இழைக்கப் பட்டிருந்த இந்த ஸ்தூபி, கனிஷ்கர் மகாராஜா கட்டியது.

இதனருகே பதினெட்டு அடி உயரத்தில் வெள்ளைக் கல்லில் பளபளவென்று புத்தரின் சிலை ஒன்றும் இருந்தது. சில இரவுகளில் இச்சிலை மகா ஸ்தூபியைச் சுற்றி வலம் வருவதாக அங்குள்ள புத்த பிட்சு ஒருவர் வியப்புடன் கூறினார்.

அங்கிருந்து நாற்பது கிலோ மீட்டர் தொலைவில் உள்ளது புஷ்கலாவதி என்னும் ஊர். அங்கு அசோகச் சக்ரவர்த்தி கட்டிய ஸ்தூபி ஒன்று இருந்தது. நான்கு புத்தர்களும் தர்மத்தைப் போதித்தனர் என்பதன் நினைவாகக் கட்டப்பட்டது இந்த ஸ்தூபி.

இதன் மற்றொரு பகுதியில் உள்ள விகாரம் ஒன்றில் இன்னொரு ஸ்தூபி இருந்தது. இதுவும் அசோகர் எழுப்பியது. இந்த இடத்தில்தான் பித்த பிரான், தனது முற்பிறவிகளில் போதி சத்துவராக தர்ம காரியங்களைச் செய்தார்.

ஆயிரம் பிறவிகள் எடுத்து இதே இடத்தில் அவர் மன்னரா கப் பிறந்து செயலாற்றியுள்ளார். மட்டுமல்லாமல் ஒரு பிறவியில் தனது கண்களைப் பிடுங்கி தானமாக அவர் அளித்ததாகவும் சொல்லப்படுகிறது.

காஷ்மீரம் வழியாக இந்தியாவிற்குள் நுழைந்த யுவான் சுவாங் ஏறத்தாழ 14 ஆண்டுகள் இங்கு வசித்ததாகத் தெரிகிறது. கி.பி. 330 ஆம் ஆண்டு என்றும், 333 ஆம் ஆண்டு என்றும் குத்துமதிப்பாக அவர் இந்தியாவிற்குள் பிரவேசித்த ஆண்டு கருதப்படுகிறது.

கபாவாஸ்து என்னும் நதிக்கரையில் உள்ள ஊரில் காளிராஜா என்பவருக்கு புத்தர் தனது உடலைக் கொடுத்த இடம் உள்ளது. புத்த பிரான் அப்போது ஷாந்தி ரிஷியாகப் பிறந்திருந்தார்.

கபாவாஸ்து நதி உற்பத்தியாகும் ஏரியில் அமைந்துள்ள பாறை ஒன்றில் புத்தரின் காலடிச் சுவடு காணப்பட்டது.

இந்த ஏரியில் அபாலாலா என்றொரு நாகம் வாழ்ந்து வந்தது. அது பயங்கர அட்டகாசம் புரிந்து கொண்டிருந்தது. அதனை வென்று அங்கிருந்த மக்களை அவர் காத்தருளினார். பின்னர் தனது நினைவாக காலடிச் சுவடை மட்டும் விட்டுச் சென்றார்.

இதிலிருந்து சற்று தொலைவில் புத்தர் தனது காவி உடையைத் துவைத்த இடம் உள்ளது. அவ்வாறு துவைத்ததற்கான சுவடுகள் அங்குள்ள கல்லில் மென்மையாகப் பதிந்திருந்தது.

அங்கிருந்தும் சற்றுத் தள்ளிச் சென்றால் மைத்ரி பாலர் என்ற பெயரில் புத்தர் முன்னொரு பிறவியில் அரசனாக வாழ்ந்த இடம் அமைந்துள்ளது. அப்போது ஐந்து யட்சர்களுக்குத் தன் உடலைக் கத்தியால் வெட்டி கொடையாக அளித்தார்.

இங்கும் அசோகச் சக்ரவர்த்தி நினைவு ஸ்தூபி ஒன்றைக் கட்டி வைத்துள்ளார்.

அங்கிருந்தும் சற்றுத் தொலைவில் சுயம்புவாக எழுந்து நிற்கும் முப்பது அடி உயரத்தாலான ஸ்தூபி ஒன்றைப் பார்க்க முடிந்தது.

புத்தரின் ஏதோ ஒரு முற்பிறவியில் இந்த இடத்தில் அவர் தர்மத்தைப் போதித்தார். பின்னர் அங்கிருந்து அவர் சென்றதும், அதே இடத்தில் ஸ்தூபி ஒன்று தானாகவே முளைத்து எழுந்தது என்கிறார்கள்.

அங்கிருந்தும் யாத்திரையைத் தொடர்ந்தபோது வழியில் தாலியோ (தாரில்) என்றொரு பள்ளத்தாக்கு குறுக்கிட்டது. அங்கு புத்த பிரானின் அழகிய நூறு அடி உயரமான மரச்சிலை ஒன்று இருந்தது. பொன்னிறத்தில் ரொம்ப கம்பீரமாக, தெய்வீக அம்சத்துடன் அது காட்சி அளித்தது.

இந்தச் சிலையை வடிக்க விரும்பியவர் புத்த பிட்சு மத்யாந்தி கர். இதற்காக ஒரு திறமையான கலைஞரைத் தேர்வு செய்தார். ஆனால் புத்தரை அவர்கள் யாருமே நேரில் கண்டதில்லை என்பதால் அவரது உருவில் சிலை வடிப்பது எப்படி என்ற சந்தேகம் எழுந்தது.

அப்போது தனது ஆன்ம சக்தியைப் பிரயோகிக்க நினைத்தார் மத்யாந்திகர். தனது வல்லமை சக்தியைப் பயன்படுத்தி துஷித சொர்க்கத்துக்கு அந்தக் கலைஞனை அனுப்பி, அங்கே நேரில் புத்தரைக் கண்டு வருமாறு செய்தார்.

இவ்வாறு ஒரு முறை அல்ல, மூன்று முறை சொர்க்கத்துக்கு அனுப்பி வைக்கப்பட்டார் அந்தக் கலைஞர். அதன் பிறகே அந்தச் சிலையை அவர் வடித்தாராம்.

எனவேதான் அந்த மரச் சிலை அத்தனை தெய்வீகமாகக் காட்சியளித்தது.

அங்கிருந்து தென் திசை நோக்கிப் பயணித்தபோது சிந்து நதியைக் கண்டார் யுவான் சுவாங். நதியைக் கடந்து தட்ச சீலத்தை அடைந்தார். இங்கு மிகப் பெரிய கல்வி மையம் அமைந் திருந்தது. இந்துக்களின் சாஸ்திரங்கள் அனைத்தும் கற்பிக்கப்படும் இடமாக ஒரு காலத்தில் புகழ்பெற்றிருந்த கல்விக் களஞ்சியம் இந்த இடம்.

இராமாயணத்தில் இராமபிரானின் தம்பி பரதனின் மகன் தக்சனின் பெயர்தான் இந்த இடத்திற்கு வழங்கப்பட்டு வருவதாகக் கூறப்படுகிறது.

தற்போது பாகிஸ்தானின் பஞ்சாப் மாகாணத்தில் இருக்கும் இந்த இடம் 'தட்சீலா' என்று அழைக்கப்படுகிறது. இங்கு எப் போதும் குளிர்ந்த ஒளி வீசுகிற மாதிரியான ஸ்தூபி ஒன்று அமைக் கப்பட்டுள்ளது. இதுவும் அசோக சக்ரவர்த்தி கட்டியதுதான்.

கரும்பில் இருந்து சர்க்கரை செய்யப்படுவதைப் பார்த்து வியந்து போனார் யுவான் சுவாங்.

இங்கு தனது முற்பிறவியில் சந்திர பிரபா என்ற பெயருடைய மன்னராகப் பிறந்திருந்தார் கௌதம புத்தர்.

போதி சத்துவர் என்னும் தகுதியைப் பெற்றிருந்த அவர், முழுமையான அரிய ஞானத்தைப் பெறும் விதமாகத் தனது தலையை அவராகவே இந்த இடத்தில் வெட்டிக் கொண்டார்.

அங்கிருந்தும் நடந்து சென்றபோது இரத்தச் சிவப்பாய் ஒரு இடத்தைப் பார்க்க நேர்ந்தது. அப்பகுதியில் உள்ள மரங்களும், இலைகளும், புற்களும் சிவப்பாக இருந்தன. அங்குள்ள தண்ணீரும் சிவப்பாக இருந்தது.

பசியால் துடித்த ஏழு புலிக்குட்டிகளுக்கு தனது உடலை உணவாகக் கொடுத்தார் ததாகர் முற்பிறவி ஒன்றில். அவரது உடலில் இருந்து வழிந்த இரத்தம் ஆறாகப் பாய்ந்து அந்தப் பகுதி முழுவதையும் நனைத்தது. அந்தச் சிவப்புதான் இப்போதும் அங்கே படர்ந்து காணப்படுவதாகக் கூறப்படுகிறது.

தக்சீலாவில் இருந்து சுமார் 250 கி.மீ. தூரம் பயணம் செய்த அவர் தற்போதைய பாகிஸ்தான் மற்றும் காஷ்மீர எல்லை நகரமான 'சகலா' என்னும் இடத்தை அடைந்தார். சகலா என்பது கிரேக்கர்கள் சூட்டிய பெயர் என்பதால் பின்னர் அது 'சியால்காட்' என்று மாற்றப்பட்டது. தற்போது சியால்காட் என்னும் பெயரில் தான் அழைக்கப்படுகிறது.

செனாப் என்னும் நதி இங்கே ஓடுகிறது. ஜம்முவில் இருந்து மிக அருகாமையில் உள்ள இந்த நகரம் முன்பு குளிர்காலத்தில் காஷ்மீரத்தின் தலைநகராகச் செயல்பட்டு வந்தது.

கனிஷ்கரின் காலத்திலேயே கல்விக்குப் பெயர் பெற்ற இடமாகத் திகழ்ந்தது காஷ்மீர். அங்கே மத நூல்களைப் பிரதி எடுப்பதற்காக யுவான் சுவாங்கிற்கு உதவியாக இருபது பேரை நியமித்தார் காஷ்மீர் மன்னர். இவர்களை உதவியாக வைத்துக் கொண்டு எழுதும் பணியை வேகமாக முடித்துக் கொண்டார்.

காஷ்மீரத்தில் உள்ள புத்த பிட்சுகளிடம் விடைபெற்றுக் கொண்டு அங்கிருந்து புறப்பட்டார். அவரது வழித்துணைக்கு ஆட்கள், குதிரைகள், பொற்காசுகள், பட்டுத்துணிகள் ஆகியவற்றை மன்னர் அவருக்குப் பரிசாக அளித்தார்.

சற்றுத் தொலைவில் கனிஷ்கர் அமைத்த மகாஸ்தூபி ஒன்றைக் கண்டார் யுவான் சுவாங். இறங்கி அங்கு சென்று பயபக்தியோடு வணங்கிவிட்டுப் பயணத்தைத் தொடர்ந்தார்.

இந்த ஸ்தூபிக்கும் ஒரு சிறப்பான வரலாறு உண்டு.

புத்தர் பரிநிர்வாணம் எய்திய நானூறாவது ஆண்டில் புத்த அறிஞர்களின் மகாசங்கக் கூட்டத்தை மாமன்னர் கனிஷ்கர் நடத்தினார்.

திரிபிடகங்களில் நல்ல புலமை பெற்ற 499 அறிஞர்கள் அந்தக் கூட்டத்தில் பங்கேற்றனர். வசுமித்ரர் தலைமையில் நடைபெற்ற அந்த மாநாட்டில் திரிபிடகங்களை அவர்கள் அனைவரும் ஒருங்கிணைந்து ஆராதித்தனர். அதுகுறித்த ஆழ்ந்த விவாதங்கள் நடைபெற்றன. குறைகள் களையப்பட்டன. அதற்கான விரிவான விளக்க உரைகள் எழுதப்பட்டன.

இவை அனைத்தையும் தாமிரப் பட்டயங்களில் எழுதி வைக்குமாறு கனிஷ்கர் உத்தரவிட்டார். பின்னர் அவை கல்லால் உருவாக்கப்பட்ட பெட்டி ஒன்றில் வைக்கப்பட்டு முத்திரையிடப் பட்டன.

அதன்பிறகு இந்த ஸ்தூபி கட்டப்பட்டது. அதற்குள் அந்தக் கல்பெட்டி பத்திரமாக வைக்கப்பட்டது. இந்தப் பெட்டியை யட்ச தேவதைகள் பாதுகாத்து வருவதாக நம்பப்படுகிறது.

யுவான் சுவாங் தனது குழுவினருடன் சந்திரபாகா நதிக் கரையை அடைந்தார். தற்போது இந்த நதி செனாப் என்று

அழைக்கப்படுகிறது. அதில் நீராடிவிட்டு ஓடம் ஒன்றின் மூலம் நதியைக் கடந்து ஜெயபுரம் என்ற இடத்தை அடைந்தார்.

இரண்டு தினங்கள் அங்கே கழித்த பிறகு மீண்டும் பயணம் தொடங்கியது. அப்போது வழியில் அடர்ந்த காடு ஒன்று குறுக்கிட்டது.

கண்ணுக்குத் தெரிந்த வழித்தடத்தைப் பின்பற்றி அவர்கள் மெல்ல மெல்லக் கடந்து சென்றபோது திடீரென்று பயங்கர ஆயுதங்களை ஏந்தியபடி கொள்ளையர் கூட்டம் ஒன்று அவர் களைச் சுற்றி வளைத்தது. சுமார் ஐம்பது பேர் வரை கொள்ளையர் கள் இருந்தனர்.

அவர்களிடம் இருந்த செல்வங்கள், குதிரைகள் என்று அனைத்தையும் பறித்துக் கொண்டனர். அனைவரும் பய பீதியில் உறைந்து போயிருந்தனர். ஆனால் யுவான் சுவாங் மட்டும் எதுவுமே நடக்காததுபோல நின்றார்.

இவர்கள் அனைவரையும் அருகிலுள்ள ஓடைக்கு அழைத்துச் சென்றனர் கள்வர்கள். அங்கு இவர்கள் அனைவரின் தலை களையும் வெட்டி எறிவது அவர்களின் நோக்கமாக இருந்தது.

அச்சம் சூழ்ந்த முகமாக அனைவரும் மௌனமாக நடந்து ஓடையின் கரைக்குச் சென்றனர். அப்போது சற்று தொலைவில் மிகப் பெரிய துவாரம் ஒன்றை யுவான் சுவாங் பார்த்தார். தப்பிச் செல்வதற்கு இது ஒன்றே சரியான வழி என்று தோன்றியது.

வேகமாக ஓடிச்சென்று அத்துவாரத்தின் வழியே மறுபுறத்திற் குச் செல்லுமாறு தமது குழுவினருக்கு உத்தரவிட்டார். சற்றும் தாமதிக்காமல் அவர் ஓடத் தொடங்கினார்.

யுவான் சுவாங் ஓடுவதைப் பார்த்ததும் அவர்களும் எதுவும் யோசிக்காமல் அத்துவாரத்திற்குள் நுழைந்து மறுபுறத்தை அடைந்தனர். என்ன காரணத்தினாலோ கொள்ளையர்கள் யாரும் அவர்களைப் பின்தொடர்ந்து வராமல் போயினர்.

தொலைவில் இருந்த கிராமம் ஒன்றை அடைந்தனர். அங்கிருந்த கிராமவாசி ஒருவர் இவர்கள் பீதியடைந்து ஓடிவருவதைப் பார்த்து காரணம் கேட்டார். நடந்தவற்றை மூச்சிரைக்க அவரிடம் கூறினர்.

உடனே அபாய சங்கை அவர் ஊதினார். கிராமத்தினர் சுமார் நூறு பேர் ஆயுதங்களுடன் திரண்டனர். அந்தக் காட்டிற்குள்

சென்று கள்வர்களைத் தேடினர். ஆனால் அவர்கள் அதற்குள் அங்கிருந்து மாயமாய் மறைந்துவிட்டனர்.

அன்றிரவைக் கிராமத்திலேயே கழித்தனர்.

மறுநாள் மீண்டும் அவர்கள் பயணம் தொடங்கினர். மிகப் பெரிய மாந்தோப்பு ஒன்றைக் கடந்து சென்றபின் ஒரு பெரிய நகரை அடைந்தனர்.

அரண் போன்று அமைக்கப்பட்டிருந்த கோட்டைச் சுவருக்குள் அமைந்திருந்தது டக்கா என்று அழைக்கப்பட்ட அந்த நகரம். 'லாகூர்' என்று தற்போது அழைக்கப்படுகிறது.

அப்போது மார்பில் பூணூல் தரித்த இளைஞர் ஒருவர் அவர்களை நோக்கி வந்தார். வந்தவர் யுவான் சுவாங் முன்பாகச் சென்று வணக்கம் தெரிவித்தார். காஷ்மீருக்குள் நுழைந்தபோதே சீன பிக்குவான யுவானைப் பற்றிய தகவல்கள் தனக்குக் கிடைத்து விட்டதாக மகிழ்ச்சியுடன் தெரிவித்தார்.

அவர் ஒரு இந்துவாக இருந்தபோதிலும் புத்தரின் மீதும், அவரது கோட்பாடுகளின் மீதும் நம்பிக்கை வைத்திருந்தார். மேலும் புத்தர் முக்தியைப் பெறுவதற்கும், ஞானத்தைப் பெறுவதற்கும் மேற்கொண்ட வழிமுறைகளைப் பற்றி விளக்கமாகவும், விரிவாகவும் அவர் பேசினார்.

அபார அறிவும், முதிர்ச்சியுமாக அந்த இளைஞரது பேச்சு அமைந்திருந்தது. இதனால் அந்த இளைஞர் சாதாரணமானவர் கிடையாது என்பது யுவானுக்குத் தெரிந்தது. அந்த இளைஞரைப் பற்றி விசாரித்தார்.

அவர் பெயர் ஜீவமல்லா.

இந்தப் பெயரைக் கேட்டதும் யுவானும், மற்றவர்களும் ஆச்சரியம் அடைந்தனர். இவர் இளைஞரே கிடையாது என்ற உண்மை அவர்களுக்கு சட்டென மனதில் ரீங்காரமிட்டது.

ஜீவமல்லாவின் வயது முன்னூறு!

ஏற்கெனவே இவரைப் பற்றி நிறையவே கேள்விப்பட்டிருந்த காரணத்தால் எதிர்பாராமல் அவரை அங்கே பார்த்ததில் இன்ப அதிர்ச்சி அடைந்தனர்.

வேதங்கள், சாஸ்திரங்களை ஆழ்ந்து படித்த அவர், காட்டில் வாழ்ந்து வரும் ஒரு ரிஷி. யோக முறைகளால் தனது ஆயுளையும் இளமையையும் இன்னும் தக்க வைத்துக் கொண்டிருந்தார்.

அவரது சீடர்களும் இதே முறையைப் பின்பற்றியதால் அவர்களும் நூறு வயதைக் கடந்தும் இளைஞர்களாகவே காட்சி அளிப்பதாக அவர்கள் அறிந்திருந்தனர்.

பதினாறு வயதில் துறவறம் பூண்டு ஹடயோகத்தைக் கற்றுக் கொண்ட ஜீவமல்லா, தேசம் முழுவதும் சுற்றி அலைந்துள்ளார். யோகக் கலைகள் முழுவதையும் கற்ற அவர், பதஞ்சலி முனிவர் இந்தப் பூமிக்கு கிடைத்த மாபெரும் கொடை என்று புகழ்ந்தார். நினைத்த மாத்திரத்தில் தனது வாழ்வை முடித்துக் கொள்ளும் ஆற்றல் உள்ளவர் இவர்.

இத்தகைய மாபெரும் ஞானியைச் சந்தித்த பெரு மகிழ்வுடன் விடைபெற்றார் யுவான் சுவாங்.

அங்கிருந்து சீனாபதி என்னும் தேசத்தில் துஷேசனா விஹாரத்தை அடைந்தார்.

கனிஷ்கர் மிகவும் புகழ்வாய்ந்த, சக்திமிக்க மன்னராகத் திகழ்ந்தார். இமயத்தைத் தாண்டியும் அவரது புகழ் பரந்து விரிந்து கிடந்தது.

கனிஷ்கரைப் பார்த்து பக்கத்து நாட்டு மன்னர்கள் அனைவரும் பயந்து நடுங்கினர். தங்கள் நாட்டின் மீது படையெடுத்துக் கைப்பற்றி விடுவார்களோ என்ற அச்சம்தான். எனவே கனிஷ்கர் படையெடுக்காமல் இருக்கச் செய்வதற்காக தங்கள் நாட்டு இளவரசர்களை கனிஷ்கரின் அவையில் பணிபுரிவதற்காக அனுப்பி வைத்தனர். இதன்மூலம் ஓர் சுமுக உறவைப் பேணிப் பாதுகாத்து வந்தனர்.

அப்படித்தான் சீன நாட்டு இளவரசர் ஒருவரும் கனிஷ்கரின் அவைக்கு அனுப்பப்பட்டு அங்கே பணியாற்றி வந்தார். இந்த தேசம் சீனத்து இளவரசரின் நிர்வாகத்தின் கீழ் ஒப்படைக்கப்பட்டது. கடைசியில் இந்த நாட்டை அந்தச் சீன இளவரசருக்கே தானமாக வழங்கிவிட்டார் கனிஷ்கர்.

அதன் காரணமாகவே இந்தத் தேசம் 'சீனாபதி' என்று அழைக்கப்பட்டது.

கி.பி. 632ஆம் ஆண்டு காஷ்மீரம் வந்த யுவான் சுவாங், பின்னர் அங்கிருந்து தற்போதைய இந்தியாவிற்குள் நுழைந்தார். இங்கிருந்து சுமார் 600 கி.மீ. பயணம் செய்து மதுராவை அடைந்தார். உத்தரபிரதேச மாநிலத்தில் அமைந்துள்ள மதுரா, கிருஷ்ண பரமாத்மா பிறந்த இடமாகக் கருதப்படுகிறது.

புத்த பிரான் ஒருமுறை சிராவஸ்தியில் குளக்கரையில் அமர்ந்திருந்தார். பின்னர் நடந்தபடியே அவர் தியானம் செய்தார். அங்கே இருந்த அவரது பிச்சைப்பாத்திரத்தைப் பார்த்துக் கொண்டே இருந்த குரங்கு ஒன்று சட்டென்று அதனை எடுத்துக் கொண்டு காட்டிற்குள் ஓடியது.

இதனைப் பார்த்த சக புத்த பிட்சுகள் கோபம் அடைந்தனர். குரங்கைத் துரத்திச் சென்று அந்தப் பாத்திரத்தை மீட்பதற்காக அங்கிருந்து புறப்பட ஆயத்தமாகினர். ஆனால் அவர்களைச் சமாதானப்படுத்திய புத்தர், அவர்களைத் தடுத்து நிறுத்திவிட்டார்.

ஆனால் ஆச்சரியமடையும் விதத்தில் அந்தக் குரங்கு அதே பாத்திரத்துடன் திரும்பிவந்தது. ஆனால் அது பாத்திரம் முழுவதும் தேன் நிரப்பிக் கொண்டு வந்து பகவானிடம் கொடுத்தது.

மறுப்புச் சொல்லாமல் அதனை வாங்கினார் பகவான் புத்தர். தேன் முழுவதும் பூச்சிகளாகக் காணப்பட்டது. அதனைச் சுத்தம் செய்து தருமாறு குரங்குக்குக் கட்டளையிட்டார். அதுவும் கட்டளைக்கு அடிபணிந்து தேனைச் சுத்தம் செய்து கொடுத்தது..

அதனை வாங்கிக் கொண்ட பகவான் குளத்து நீரில் கலந்து தனது சக துறவிகளுக்கு வழங்கினார். அவர்கள் அனைவரும் அந்தத் தேனைப் பருகுவதை மரத்தின் மேலிருந்து பார்த்த அக்குரங்கு சந்தோஷ மிகுதியால் துள்ளிக் குதித்தது. கால் இடறி தரையில் விழுந்து உயிரையும் விட்டது.

இதனைப் பார்த்த புத்த பிட்சுகள் அனைவரும் தீரா வருத்தம் அடைந்தனர். ராகுலர் என்பவர் இதற்கான விளக்கத்தைக் கூறுமாறு பகவானிடம் கேட்டுக் கொண்டார்.

“பல ஆயிரம் ஆண்டுகளுக்கு முன்பு எமக்கு முந்தைய புத்தரின் காலத்தில் இந்தக் குரங்கு ஒரு புத்த பிட்சுவாக இருந்தது. அப்போது சக பிட்சு ஒருவரை அவமதித்துவிட்டது. அதனால் அடுத்த ஐநூறு பிறவிகளும் குரங்காகவே பிறந்து கொண்டிருந்தது. இப்போது எமக்குத் தேன் வழங்கிய காரணத்தால் இதன் குரங்குப் பிறவி நீங்கிவிட்டது. தற்போது மரணத்தை அடைந்துவிட்டதால் இனிமேல் இந்தக் குரங்கு மனிதப் பிறப்பெடுக்க உள்ளது. அப்போது அதற்கு மதுரசாச்சி என்று பெயர் சூட்டப்படும்” என்றார் பகவான் புத்தர்.

பின்னர் சிறிது காலம் கழித்து மதுரசாச்சி என்ற பெயருடைய பிட்சு ஒருவர் சங்கத்தில் இணைந்தார். அவர் பிறந்த இடம் மதுரா என்று அழைக்கப்படுகிறது.

மதுரா நகருக்கு வெளியே உபகுப்தர் என்னும் மாபெரும் அறிஞரால் உருவாக்கப்பட்ட விகாரம் ஒன்றிருந்தது. அங்கே அவரது தலைமுடி மற்றும் நகங்கள் பாதுகாக்கப்பட்டு வந்தன.

விகாரத்தின் வடபகுதியில் இருபது அடி உயரமும் 30 அடி அகலமும் உடைய கல்லால் ஆன அறை ஒன்றிருந்தது. அதனுள் ஏராளமான சின்னஞ்சிறு மூங்கில் குச்சிகள் குவிந்து கிடந்தன.

உபகுப்தரால் கணவன் மனைவியரை ஞானம் அடையச் செய்யும்போது அதன் நினைவாக ஒரு மூங்கில் குச்சியை இந்த அறைக்குள் போடும் வழக்கம் இருந்தது குறிப்பிடத்தக்கது.

உபகுப்தர் முந்தைய பிறவியில் குரங்காக இருந்தாராம். அவர் தனது குரங்குகள் கூட்டத்துக்குத் தலைவராகவும் இருந்தாராம். இவர்கள் இருந்த உருமண்டா என்ற இடத்தின் மறுபுறத்தில் பிரத் யேகா புத்தர்கள் இருந்தனர். அவர்களுக்கு அவர் வலியச் சென்று பணிவிடைகள் செய்த காரணத்தால் மறுபிறவியில் உபகுப்தராகப் பிறந்தாராம். ஈடிணையற்ற புத்த பிட்சுவாகவும் மாறினார்.

பின்னர் வட திசை நோக்கிப் பயணத்தைத் தொடங்கினர். பிரம்மபுரா என்னும் தேசத்தை அடைந்து, அங்கிருந்தும் தென் கிழக்காகப் பயணித்து அஹிக்சேத்திரம் என்னும் தேசத்தை அடைந்தனர். அங்கிருந்து தெற்காகப் பயணித்து விராசனா என்னும் இடத்தை அடைந்து, பின்னரும் பயணம் தொடர்ந்தது. கபிதா என்ற தேசத்தை அடைந்தனர்.

இங்கு மூன்று ஏணிகள் மிகவும் பிரசித்தி பெற்றவையாக விளங்கின. பகவான் புத்தர், தன் தாயார் மாயா தேவிக்கு தான் பெற்ற ஞானத்தை அறிவிப்பதற்காக துஷித சொர்க்கத்துக்கு சென்று திரும்பிய ஏணி ஒன்று.

பிரம்மா இறங்கி வந்த ஏணி ஒன்று.

மூன்றாவது ஏணி சக்ரதேவர் இறங்கி வந்தது.

இதனால்தான் இந்த மூன்று ஏணிகளும் புகழ்வாய்ந்த ஏணிகளாக அமைந்தன.

ஆனால் யுவான் சுவாங் அங்கு சென்றபோது இந்த ஏணிகளில் இருந்த தங்கம், வெள்ளி போன்ற விலை உயர்ந்த பொருட்களைக் கொள்ளையர் கும்பல் ஒன்று திருடிச் சென்று விட்டதால் அங்கே கல்லால் ஆன ஏணிகளே இருந்தன. ஆனால் அந்த ஏணிகளில் அபூர்வமான கற்கள் பதிக்கப்பட்டிருந்தன.

மிகப் பெரிய விகாரம் ஒன்றினுள் இந்த ஏணிகள் பாதுகாக்கப் பட்டு வந்தன. விகாரத்தில் பிரம்மாண்டமான புத்தர் சிலை ஒன்றும் அமைக்கப்பட்டிருந்தது. அத்துடன் பிரம்மா, சக்ரதேவர் ஆகிய சிலைகளும் காணப்பட்டன. மட்டுமல்லாமல் அசோகச் சக்ரவர்த்தி அமைத்த எழுபது அடி உயரமுள்ள கல் தூண் ஒன்றும் அங்கே இருந்தது.

கிழக்கு நோக்கிப் பயணித்து கங்கை நதிக்கரையோரம் வந்து சேர்ந்தனர். இரவுப் பொழுதை அங்கேயே கழித்த யுவான் சுவாங்கும், அவரது குழுவினரும் மறுநாள் ஜெயகுப்தர் என்னும் அறிஞரின் விகாரம் ஒன்றைக் காண்பதற்காகப் பயணித்தனர்.

அங்கு ஒரு மாத காலம் தங்கியிருந்து தனது சந்தேகங்களுக்கு விடை தெரிந்து கொண்ட பிறகு கங்கையைக் கடந்து கிழக்குக் கரைக்கு வந்து சேர்ந்தனர்.

மத்திபுரம் என்னும் அந்தத் தேசத்தின் மன்னராக இருந்தவர் ஒரு சூத்திரர். புத்த பிரானின் தர்மம் அங்கு செழித்தோங்கி இருந்ததை யுவான் சுவாங் பார்த்தார். நிறைய விகாரங்களும் அங்கே காணப்பட்டன.

நூற்றுக்கும் மேற்பட்ட சாஸ்திரங்களை அறிந்து தேர்ந்த அறிஞர் குணபத்திரர் அந்தத் தேசத்தைச் சேர்ந்தவர். அவர் மகாயானத்தைச் சேர்ந்தவராக இருந்தாலும் பின்னர் ஹீனயானத் துக்கு மாறினார்.

பின்னர் ஆக்ரா வழியாக கனோஜ் என்னும் இடத்தை சுமார் 250 கி.மீ. பயணம் செய்து அடைந்தார். இன்றைய உத்தர பிரதேசம்தான் அன்று கனோஜ் என்னும் நாடாக இருந்தது.

அப்போது வட பாரதத்தை ஆட்சி செய்தவர் ஹர்ஷவர்த்தன் என்னும் மன்னர். அப்போது கனோஜைத்தான் தலைநகராக அமைத்துக் கொண்டிருந்தார் அவர்.

மேலும் இந்தியாவின் வலிமைவாய்ந்த மன்னராகக் கருதப் பட்ட கனிஷ்கரின் சொந்த நாடு இது. அங்கு பயணிகள் தங்கிச் செல்வதற்கு நிறைய விடுதிகளும், ஏராளமான புத்த மடாலயங்களும் காணப்பட்டன. கனோஜில் கி.பி. 636ஆம் ஆண்டு வரை யுவான் சுவாங் தங்கியிருந்தார்.

கனோஜியில் இருந்து அயோத்தியை வந்தடைந்தனர். அப்போது அது புகழ்பெற்ற புத்தத் தலமாக விளங்கியது. ஏராளமான புத்த விகாரங்கள் அங்கே இருந்தன. ஆயிரக்கணக்கான

புத்த பிட்சுகள் அங்கு தங்கி இருந்து மத சேவைகள் புரிந்து வந்தனர். ஹீனயானம் மட்டுமல்லாமல் மகாயானமும் அங்கு சம அளவில் பயிலப்பட்டு வந்தன.

அங்குள்ள கங்கைக் கரையில் பகவான் புத்தர் மூன்று மாதங்கள் தங்கியிருந்து தர்மத்தை விளக்கிய இடத்தில் இருநூறு அடி உயரமுள்ள ஸ்தூபி ஒன்று அசோகச் சக்ரவர்த்தியால் கட்டப் பட்டிருந்தது.

அதனைப் பார்த்துவிட்டு கிழக்கு நோக்கி ஹயமுகா என்னும் நகரைப் படகின் மூலமாக அடைந்தனர்.

அங்கிருந்து வடகிழக்காக சுமார் 300 கி.மீ. தூரம் பயணித்து ஷ்ராவஸ்தி என்னும் நகரை அடைந்தார். புத்தர் காலத்தில் மகத நாட்டின் முக்கிய ஆறு நகரங்களில் இதுவும் ஒன்றாக விளங்கியது. தற்போது உத்தரபிரதேச மாநிலத்தில் நேபாள நாட்டின் எல்லையில் அமைந்துள்ளது.

மேற்கு ரப்தி ஆற்றின் அருகே அமைந்துள்ள இந்நகரின் தேஜ வனத்தில் 24 முறை கௌதம புத்தர் சாதுர்மாஸ்ய விரதங்களை மேற்கொண்டார்.

புத்தர் ஷ்ராவஸ்தி நகரில் தங்கியபோது அனாதபிண்டிகன், விசாகா போன்றோர் அவருக்கு உதவிகள் செய்தனர்.

இங்கு தங்கியிருந்தபோது தான் பௌத்த தர்ம நிக்காயங்களை புத்த பிரான் அருளினார். மேலும் சமண சமயத்தின் மூன்றாம் தீர்த்தங்கரர் சம்பவ நாதர் பிறந்த இடம் ஷ்ராவஸ்தி என்று அறியப்படுகிறது.

ஷ்ராவஸ்தியில் முக்கிய இடங்களைப் பார்த்த பின்னர் அங்கிருந்து வறண்டு போய்க்கிடந்த பல கிராமங்களைக் கடந்து கபிலவஸ்து என்ற நகரை அடைந்தனர்.

புத்தர் பிறந்து, வளர்ந்து, உலக அவலங்களைப் பார்த்து வெறுப்புற்று துறவினைப் பூண்ட புனித இடம் இது. அங்குள்ள விகாரம் ஒன்றில் வசித்துவந்த இளம் புத்த பிட்சு உபாலி என்பவர் யுவான் சுவானுக்கு வழிகாட்டியாக இருந்து அங்குள்ள முக்கிய இடங்களைச் சுற்றிக் காண்பித்தார்.

பகவான் வசித்த அரண்மனையைச் சென்று பார்த்தார். செங்கல்லால் கட்டப்பட்டிருந்த அந்த இடம் இடிந்து போய்க் கிடந்தது. அதன் அடித்தளத்தின் மீது ஒரு விகாரம் கட்டப்பட்டி ருந்தது. அதற்குள் புத்தரின் சிலை ஒன்றும் அமைந்திருந்தது.

அவரது சிலைக்கு முன்பாக நீண்ட நேரம் கண்களை மூடித் தியானத்தில் இருந்தார் யுவான் சுவாங்.

அங்கிருந்து வடக்கு நோக்கிச் சென்றபோது அங்கே சிவந்த கற்களால் ஆன விகாரம் ஒன்று காணப்பட்டது. நல்ல குளிர்ச்சியாக இருந்த அந்த இடம்தான் புத்தரின் அன்னையார் மாயா தேவியின் படுக்கையறை இருந்த இடம் என்று சொல்லப் பட்டது.

அப்போது புத்த பிரான் மாயா தேவியின் கர்ப்பப் பையில் உருவாகியது முதல் அவர் அங்கிருந்து துறவு பூண்டு வெளியேறி யது வரை அவரது மனத்திரையில் படமாக ஓடியது.

கோசல நாட்டை ஆட்சி செய்தவர் பிரசேனஜித். புத்தரையும், அவரது சங்கத்தையும் பேணிப் பாதுகாக்கும் மன்னராக இருந்தார் இவர்.

இதனிடையே அவரது மகன் விடூடபன் அவரிடமிருந்து ஆட்சியைக் கைப்பற்றினான். பின்னர் சாக்கியர்களைப் பழிவாங்க தனது படைகளைத் திரட்டி கபிலவஸ்து நோக்கிச் சென்றான்.

எல்லையை அடைந்தபோது இலைகள் எதுவும் இல்லாமல் மொட்டையாகக் காட்சியளித்த ஒரு மரத்தின் கீழே அமைதியின் வடிவாக அமர்ந்திருந்த பகவானைப் பார்த்தான்.

அங்கே தனது படைகளை நிறுத்திவிட்டு குதிரையில் இருந்து இறங்கி அவர் அருகே சென்றான். மண்டியிட்டு வணங்கி, “பசுமையான மரத்தின் கீழ் அமராமல் இவ்வாறு காய்ந்துபோன மரத்தின் அடியில் அமர்ந்திருக்கிறீர்களே! ஏன்?” என்று கேட்டான்.

“எனது சாக்கிய உறவுகள்தான் என் கிளைகளும் இலைகளும். அவர்களே அபாயத்தில் இருக்கும்போது நான் எங்கு போய் நிழலைத் தேடுவேன்?” என்று திருப்பிக் கேட்டார் பகவான் புத்தர்.

இந்தச் சொற்கள் அவன் நெஞ்சை சுருக்கென்று தைத்தது. இதயம் வலித்தது. தவறு புரிந்தது. உடனே தனது படைகளுடன் திரும்பிச் சென்றுவிட்டான்.

இவ்வாறு இரண்டு முறை நடந்தது.

மூன்றாவது முறையும் சாக்கியர்களை ஒழித்துக் கட்டுவதற் காகப் படைகளுடன் விடூடபன் அங்கே வந்தபோது, ‘சாக்கியர் களின் கர்மவிதிப்படி நடக்கட்டும்’ என்று பகவான் பேசாமல் இருந்துவிட்டார்.

புத்தர் எரியூட்டப்பட்ட இடம்

பரிநிர்வாணம் அடைந்த புத்தர் சிலை

எனவே இம்முறை கபிலவஸ்துவிற்குள் நுழைந்து சாக்கிய இனத்தவர்களைப் பூண்டோடு அழித்துக் கொன்றுவிட்டான்.

விடூடபன் பகவானைச் சந்தித்த இடத்தில் ஸ்தூபி ஒன்று கட்டப்பட்டிருந்தது. அதனைப் பார்த்து சற்று நேரம் மௌனம் சாதித்தார் யுவான் சுவாங்.

கபிலவஸ்துவில் இருந்து புறப்பட்ட அவர்கள் குசி நகரை அடைந்தனர். இரவு வேளை ஆகிப் போனதால் நகருக்கு வெளியே இருந்த விகாரம் ஒன்றில் அவர்கள் தங்கினர்.

மறுநாள் புத்தர் பரிநிர்வாணம் அடைந்த இடத்தை நோக்கிச் சென்றார்கள். அப்போது அந்த நகரம் ஏழ்மையில் சோர்ந்து கிடந்த அவலத்தைக் கண்டார். குசி நகரம் அநேகமாக சிதிலமடைந்த நிலையில்தான் காணப்பட்டது.

பகவான் புத்தர் காலத்தில் அங்கு மல்லர்கள் வாழ்ந்து வந்தனர். அப்போது அந்நகரம் செழிப்பாக இருந்தது. ஆனால் தற்போது யாத்ரீகர்கள் மூலம் கிடைக்கும் வருவாயை வைத்தே அங்குள்ள மக்கள் தங்கள் பிழைப்பை ஓட்டிக் கொண்டிருந்தனர்.

கடைசியாக பகவான் பன்றிக் கறியும், மூங்கில் குருத்தும் கலந்த உணவை அருந்திய சுந்தாவின் வீடு இருந்த இடத்திற்குச் சென்றனர். அங்கே அசோகச் சக்ரவர்த்தியால் கட்டப்பட்ட ஸ்தூபி ஒன்று இருந்தது.

வடகிழக்காக நடந்து அஜிதாவதி ஆற்றைக் கடந்து சற்றுத் தொலைவில் இருந்த சாலமரத் தோப்பை அடைந்தனர். அங்கிருந்தும் நடந்து சென்றபோது மிகப் பெரிய விகாரம் ஒன்றைப் பார்த்தனர்.

அதனருகிலும் மிகப் பெரிய ஸ்தூபி ஒன்றிருந்தது. ஓர் உயரமான கல்தூண். அனைத்தும் சிவப்பு நிறமாகக் காணப் பட்டன.

விகாரத்தின் வாசலில் நிறைய புத்த பிட்சுகள் காணப் பட்டனர்.

உயரமான இடத்தில் அந்த விகாரம் கட்டப்பட்டிருந்த காரணத்தால் சில படிகளைக் கடந்துதான் அதன் வாசலை அடைய வேண்டியிருந்தது.

விகாரத்தின் உள்ளே ஒருக்களித்துப் படுத்த நிலையில் பகவானின் சிலை அமைந்திருந்தது.

அதுதான் பகவான் பரிநிர்வாணம் அடைந்த இடம்!

உள்ளே சென்ற யுவான் சுவாங் நீண்ட நேரப் பிரார்த்தனைக்குப் பிறகு தமது குழுவுடன் புத்தர் உடல் எரியூட்டப் பட்ட இடத்திற்குப் பயணப்பட்டார்.

அடர்ந்த காட்டு வழியாகச் சென்று அந்த இடத்தை அடைந்தபோது பகவான் உடல் எரியூட்டப்பட்ட இடத்தில் மிகப் பிரம்மாண்ட ஸ்தூபி ஒன்று அமைக்கப்பட்டிருந்ததைக் கண்டனர்.

அந்த ஸ்தூபியைப் பலமுறை சுற்றிச் சுற்றி வந்து வணங்கினார் யுவான் சுவாங்.

சாரநாத்தில் அசோகச் சக்ரவர்த்தியால் நிறுவப்பட்ட நூறு அடி உயரமுள்ள ஸ்தூபியைக் கண்டார் யுவான் சுவாங். அதற்கு முன்பாக அசோகர் அமைத்திருந்த எழுபது அடி உயரத்தாலான கல்தூண் காணப்பட்டது.

அந்தக் கல்தூணின் உச்சியில் நான்கு திசைகளிலும் பார்க்கும் விதமாக நான்கு சிங்கங்கள் பிரம்மாண்டமாகக் காட்சியளித்தன. அவை அமைந்திருந்த மேடையில் நான்கு திசையிலும் தர்மச் சக்கரங்கள் பொறிக்கப்பட்டிருந்தன.

பின்னர் அங்கிருந்த விகாரத்தில் பொன் வண்ணத்தில் காட்சியளித்த பகவானின் சிலையைத் தரிசித்தார்.

பின்னர் அங்கிருந்து 350 கி.மீ. தொலைவில் நேபாள நாட்டில் அமைந்துள்ள லும்பினி என்னும் இடத்திற்குச் சென்றார் யுவான் சுவாங்.

கௌதம புத்தர் அவதரித்த புண்ணியத் தலம் இது. இமய மலை அடிவாரத்தில் அமைந்துள்ள இந்நகரில் தனது 29வது வயது வரை புத்தர் வாழ்ந்தார் என்பது வரலாறு.

இங்குள்ள புஷ்கர்னி ஏரியில் மூழ்கி எழுந்த பிறகே மாயாவதி தேவி புத்தரைப் பெற்றெடுத்ததால், இந்த ஏரி புனிதம் மிகுந்த ஏரியாக விளங்குகிறது.

அங்கிருந்து மீண்டும் இந்தியாவை நோக்கிப் பயணித்தார். ஏறத்தாழ 700 கி.மீ. தூரம் பயணித்து வைசாலி என்னும் நகரை அடைந்தார்.

தற்போது பீகார் மாநிலத்தில் உள்ள வைசாலியில் 24ஆம் தீர்த்தங்கரர் மகாவீரர் பிறந்தார் என்பது குறிப்பிடத்தக்கது. தனது

இறப்புக்கு முன்பாக புத்தத் துறவிகளுக்குக் கடைசி பிரசங்கத்தை கௌதம புத்தர் நிகழ்த்திய பெருமை இந்த நகருக்கு உண்டு.

யுவான் சுவாங் தமது குறிப்பில் வைசாலி நகரைப் பற்றி எழுதி வைத்திருந்தார். இதனைப் படித்த பிரிட்டனைச் சேர்ந்த தொல்லியல் ஆய்வாளர் அலெக்சாண்டர் கன்னிங்காம் என்பவருக்கு வைசாலி நகரைத் தேடிக் கண்டுபிடிக்க வேண்டும் என்ற ஆவல் எழுந்தது.

1861ஆம் ஆண்டு தற்போதைய வைசாலி மாவட்டத்தில் உள்ள பஸ்ரா என்னும் கிராமத்தில் அகழாய்வு செய்து காணாமல் போன வைசாலி நகரைக் கண்டுபிடித்தார்.

வைசாலியில் இருந்தும் சுமார் 600 கி.மீ. தொலைவு பயணித்து கொசாம்பி என்னும் நகரை வந்தடைந்தார் யுவான் சுவாங். யமுனை நதிக்கரையில் அமைந்துள்ள இந்த நகரம் வேத காலத்திய கோசல நாட்டின் தலைநகராக விளங்கியது.

புத்தர் காலத்தில் இந்தியாவின் நான்கு திசைகள் கூடுமிடத்தில் அமைந்திருந்த மிகப் பெரிய வணிக நகரமாக விளங்கியது கொசாம்பி.

பின்னர் கொசாம்பி நகரில் இருந்து புத்தகயாவிற்குச் சென்றார். இதற்காக அவர் ஏறத்தாழ 400 கி.மீ. பயணம் மேற்கொண்டார்.

பீகார் மாநிலத்தின் கயா மாவட்டத்தில் அமைந்துள்ள புத்த கயாவில்தான் போதி மரத்தின் அடியில் புத்தருக்கு ஞானம் பிறந்தது. எனவே இது மிகச் சிறந்த புனிதத் தலமாக விளங்கி வருகிறது. இங்குள்ள முதன்மையான துறவிகள் மடம் போதிமண்டா விகாரையாகும்.

உருவேலாவை அவர்கள் அடைந்ததும் அங்குள்ள புத்தர் கோயிலைப் பார்த்தார். மனம் பூரிப்பில் திளைத்தது. சுமார் ஆறு ஆண்டுகள் இந்த இடத்தில்தான் பகவான் கடும் தவத்தை மேற்கொண்டார். எனினும் இந்தத் தவத்தினால் தனது லட்சியத்தை அடைவது சாத்தியமற்றது என்பதை உணர்ந்து அதனைக் கைவிட்டார்.

அப்படிப்பட்ட உருவேலாவை அடைந்தபோது மனம் பகவானைப் பற்றிய சிந்தனையில் மூழ்கியது.

பின்னர் போதி மரத்தைப் பார்ப்பதற்காக யுவான் சுவாங்

தனது குழுவுடன் புறப்பட்டார்.

அங்கிருந்த மிகப் பெரிய கோயிலை அடைந்தனர். அதன் ஓங்கி உயர்ந்து காணப்பட்ட கோபுரத்தை நிலத்தில் வீழ்ந்து வணங்கினார் யுவான் சுவாங்.

உள்ளே அழகிய பீடத்தில் சாந்தமே உருவான விதத்தில் இருந்த பகவானின் உருவைக் கண்டார். அங்கு சற்று நேரம் கண்களை மூடித் தியானித்தார்.

போதி மரத்தின் வளாகத்தின் தென் பகுதியில் அழகிய மலர்கள் நிரம்பிய குளம் ஒன்றிருந்தது. வடக்குப் புறத்தில் அமைந்திருந்த வாசல் பெரிதாகத் தெரிந்த அந்த விகாரத்திற்குள் அழைத்துச் சென்றது.

கிழக்குப் பகுதியில் வாசலில் சரிந்து காணப்பட்ட படிகள் வழியாகக் கீழிறங்கி, ஒரு மண்டபத்திற்குள் நுழைந்து வெளியேறி ஒரு மேட்டை அடைந்தனர்.

அங்கு சலசலத்து ஓடிக்கொண்டிருந்த நிரஞ்சனா நதிக் கரையை அடைந்த அவர், அதில் மூழ்கி ஆனந்தமாகக் குளித்தார்.

பின்னர் பகவானுக்குப் பால்சோறு அளிக்கும் பேற்றைப் பெற்ற சுஜாதாவின் கிராமத்திற்குச் சென்று அதனைத் தரிசித்தார்.

புத்தகயாவில் இருந்து 70 கி.மீ. தொலைவில் உள்ள ராஜகிருகத்திற்குப் பயணித்தார் யுவான் சுவாங். மௌரியர்கள் காலத்தில் மகத நாட்டின் தலைநகராக விளங்கிய இந்தப் பழமை வாய்ந்த நகரம் பீகார் மாநிலம் நாளந்தா மாவட்டத்தில் உள்ளது.

புத்தர் மட்டுமல்லாமல் மகாவீரரும் இங்கு மத போதனைகளை வெளிப்படுத்தினார். இங்குள்ள சிறிய மலைக்கு புத்தர் அடிக்கடி சென்று தியானம் செய்வார். எனவே புத்தகயா பௌத்தர்களுக்கு மிக முக்கியப் புனித நகரமாக விளங்குகிறது.

இத்தகைய புனித நகரமான புத்தகயாவில் இருந்து வட திசை நோக்கி சுமார் 100 கி.மீ. தூரம் பயணித்து பாடலிபுத்திராவை அடைந்தார்.

தற்போது பாட்னா என்று அழைக்கப்படும் இந்நகரம்தான் முன்னர் பாடலிபுத்திரம் என்று அழைக்கப்பட்டது. இது பீகார் மாநிலத்தின் தலைநகரமாக விளங்குகிறது.

கி.மு. 490ஆம் ஆண்டு மகதப் பேரரசின் மன்னர்

அஜாதசத்ருவால் கங்கை நதிக் கரையில் அமைக்கப்பட்டது பாடலிபுத்திரம் நகரம்.

பாடலிபுத்திரத்தில் இருந்து சுமார் 60 கி.மீ. தொலைவில் உள்ளது நாளந்தா. கி.பி. 5ஆம் நூற்றாண்டில் நாளந்தா பல்கலைக் கழகம் துவங்கப்பட்டது. புத்த மதக் கருத்துக்களைத் தெளிவாகக் கற்பதற்கான சிறந்த கல்விக்கூடமாக விளங்கியது.

14 ஹெக்டேர் நிலப்பரப்பில் மிகப் பெரிய அளவில் அமைக்கப்பட்டிருந்த இந்தப் பல்கலைக் கழகம் உலகிலேயே முதன் முதலாகக் கட்டப்பட்ட பல்கலைக் கழகம் என்ற சிறப்பை உடையது.

கௌதம புத்தர் வந்ததாகக் கருதப்படும் இந்த நாளந்தாவில் அமைந்துள்ள பல்கலைக் கழகத்தில் திபெத், சீனா, கிரேக்கம், பாரசீகம் போன்ற பல்வேறு நாடுகளில் இருந்தும் மாணவர்கள் இங்கு வந்து கல்வி கற்றனர்.

அன்றைய காலக்கட்டத்தில் இங்கு பத்தாயிரம் மாணவர்களும், ஆயிரத்து 541 ஆசிரியர்களும் இங்கிருந்தனர். இந்தப் பல்கலைக் கழகம் இயங்குவதற்குத் தேவையான வருமானத் திற்காக நூறு கிராமங்கள் வரை இனாமாக வழங்கப்பட்டிருந்தது.

அங்குள்ள சுமார் 200 வீடுகளில் இருந்து தினமும் பாலும், உணவுப் பொருட்களும் பல்கலைக் கழகத்தில் பயிலும் மாணவர் களுக்கும், ஆசிரியர்களுக்கும் வழங்கப்பட்டு வந்தன.

1197ஆம் ஆண்டு துருக்கியர்களின் படையெடுப்பின்போது இந்தப் பல்கலைக் கழகம் முற்றிலுமாக அழிக்கப்பட்ட துயரம் நிகழ்ந்தது.

கி.பி. 637ஆம் ஆண்டு வரை நாளந்தாவில் இருந்த யுவான் சுவாங், பின்னர் அங்கிருந்து சுமார் 550 கி.மீ. தொலைவில் உள்ள தாம்ரலிப்தி என்னும் நகரை அடைந்தார்.

தாம்ரலிப்தி என்றும் தாம்ரலிப்தா என்றும் அழைக்கப்படும் அந்த நகரம் பழங்கால ஒடிய அரசின் எல்லைக்குள் இருந்த துறைமுக நகரம். தற்போது மேற்கு வங்க மாநிலம் மிட்னாப்பூர் மாவட்டத்தில் உள்ள தம்லுக் என்னும் நகரம் இருக்கும் இடத்தில் இருந்ததாக அறியப்படுகிறது.. தாம்ரலிப்தா என்ற பெயர்தான் மருவி தம்லுக் என்று அழைக்கப்பட்டிருக்கலாம் என்கின்றனர் ஆய்வாளர்கள்.

ரூப்நாராயணா என்னும் ஆற்றங்கரையில் அமைந்திருந்த இந்த நகரத்தைப் பற்றிய குறிப்புகள் மகாபாரதத்தில் இடம் பெற்றுள்ளன.

இங்கு அதிகளவில் புத்த விகாரைகள் இருந்ததாக சீனப் பயணி சுவாங்சாங் என்னும் யுவான் சுவாங் தனது குறிப்புகளில் பதிவு செய்துள்ளார். மற்றொரு சீனப் பயணியும், புத்த மதத் துறவியுமான பாசியான் என்பவரும் இதனைப் பற்றிக் குறிப்பிட்டுள்ளார்.

தாம்ரலிப்தியில் இருந்து சுமார் 600 கி.மீ. தொலைவில் உள்ள தனகட்டகா என்னும் இடத்தை அடைந்தார் யுவான் சுவாங். இது தற்போதைய ஆந்திர மாநிலம் என்று அறியப்படுகிறது.

தனகட்டகா என்பது தனகடகம் என்பதாகும். அதனை தான்ய கடகம் என்றும் குறிப்பிடுகின்றனர். தற்போதைய அமராவதி நகரம்தான் முந்தைய தான்ய கடகம் என்கின்றனர் ஆய்வாளர்கள்.

கிருஷ்ணா நதிக்கரையில் அமைந்துள்ள இந்நகரில் இருந்து தென்மேற்கே கலிய நாடு இருந்ததாகக் கூறப்படுகிறது. எனினும் யுவான் சுவாங் தனது குறிப்பின் ஒரு பகுதியில் மேற்குத் திசையில் இருந்ததாகக் குறிப்பிடுகிறார். மற்றொரு இடத்தில் தென் திசையில் இருந்ததாகவும் குறிப்பிடுகிறார். ஆக தென்மேற்கு திசை என்பதாக நாம் எடுத்துக் கொள்ளலாம்.

கலிய என்பது சோடை என்றும், சோழ என்றும் கருதப் படுகிறது.

பிரிட்டீஷ் தொல்லியல் ஆய்வாளர் கன்னிங்காம் கலிய என்பது தற்போதைய கர்னூல் மாவட்டம் என்று குறிப்பிடுகிறார். தரணி என்னும் தனகடகக் கோட்டையில் இருந்து சுமார் 300 கி.மீ. தொலைவில் உள்ளதாகவும் தெரிவித்துள்ளார்.

கி.பி. 839ஆம் ஆண்டு தனகடகம் வந்ததாகத் தெரிகிறது. பின்னர் இங்கிருந்து காஞ்சிபுரம் நகருக்கு அவர் வந்தார். இவர் காஞ்சிபுரம் வந்தபோது அங்கு நரசிம்ம வர்மன் ஆட்சி நடைபெற்று வந்தது.

காஞ்சிபுரத்திற்கு அவர் வருகை தந்தது கி.பி. 640 ஆம் ஆண்டில். அவரது குறிப்பின்படி அப்போது காஞ்சி மாநகரம் 9 கி.மீ. பரப்பளவில் விரிந்து பரந்து கிடந்தது. அங்குள்ள மக்கள் கல்வி, வீரம் போன்றவற்றில் சிறந்து விளங்கினார்கள் என்றும் தனது குறிப்பில் அவர் பதிவு செய்துள்ளார்.

கௌதம புத்தர் வருகை தந்த இடங்களில் காஞ்சிபுரமும் ஒன்று என்று குறிப்பிட்டுள்ளார் யுவான் சுவாங்.

கி.மு. 3ஆம் நூற்றாண்டில் அசோகரால் கட்டப்பட்ட ஸ்தூபிகள் பழுதுபட்ட நிலையில் காணப்பட்டதாக யுவான் சுவாங் குறிப்பிட்டுள்ளார்.

இங்கு நூற்றுக்கும் மேற்பட்ட பௌத்த மடங்கள் இருந்தன என்றும், ஆயிரத்திற்கும் மேற்பட்ட பௌத்த துறவிகள் இருந்தனர் என்றும் தனது குறிப்பில் எழுதியுள்ளார். மட்டுமல்லாமல் எண்பதுக்கும் மேற்பட்ட இந்து மற்றும் சமணப் பள்ளிகள் இருந்தன என்றும் குறிப்பிட்டுள்ளார்.

கி.பி. 640ஆம் ஆண்டு அவர் காஞ்சிபுரம் வந்ததாகக் குறிப்புகள் மூலம் நாம் அறிந்துகொள்ள முடிகிறது.

அங்கிருந்து பண்ருட்டி அருகே உள்ள திருவதிகை என்னும் திருத்தலம் வழியாக மதுரை சென்றதாகச் சொல்லப்படுகிறது. அப்போது மதுரையை ஆட்சி செய்துவந்த சடையவர்மன் செழியன் சேந்தன் மரணமடைந்து அவரது மகன் சீர் நின்ற நெடுமாறன் மன்னராக முடிசூடும் வேளையில்தான் யுவான் சுவாங் மதுரை வந்ததாகக் கூறப்படுகிறது.

அதன்பின்னர் அங்கிருந்து வடக்கு நோக்கிப் பயணித்து தற்போதைய மராட்டிய மாநிலத்தின் நாசிக் நகரைச் சென்று அடைந்ததாகத் தெரிகிறது. காஞ்சிபுரத்தில் இருந்து நாசிக் சுமார் ஆயிரத்து 300 கி.மீ. தொலைவில் உள்ளது. பரந்து விரிந்து கிடக்கும் மேற்குத் தொடர்ச்சி மலையை மிகவும் துணிச்சலோடு கடந்து நாசிக் நகரை அடைந்தார் யுவான் சுவாங்.

அப்போது இந்தப் பகுதி இரண்டாம் புலிகேசி சாளுக்கிய மன்னரின் ஆட்சியின் கீழிருந்தது. இந்த மன்னர் மிகவும் சக்திவாய்ந்தவராகத் திகழ்ந்தார்.

வட இந்தியாவின் பெரும் பகுதியைத் தனது ஆதிக்கத்தின் கீழ் கொண்டு வந்திருந்த ஹர்ஷவர்த்தன் நர்மதா நதியைக் கடக்க முடியாதவாறு தடுத்து நிறுத்தி தனது ஆட்சி அதிகாரத்தை மராட்டிய மண்ணில் தக்க வைத்துக்கொண்டார்.

பின்னர் அங்கிருந்து அஜந்தா சென்றார். அங்குள்ள அஜந்தா மற்றும் எல்லோரா குகை ஓவியங்களைக் கண்டு பிரமித்தார். புத்த மதம் அங்கு செழிப்பாக வேரூன்றிக் கிடந்ததைக் கண்டார்.

அதன்பிறகு அவரது பயணம் உஜ்ஜயினியை நோக்கிச் சென்றது. தற்போது மத்தியப் பிரதேச மாநிலத்தில் அமைந்துள்ள இந்நகரம் சிப்ரா ஆற்றின் கிழக்குக் கரையில் உள்ளது.

இந்துக்களின் ஏழு புனித நகரங்களில் ஒன்றான உஜ்ஜயினி, அவந்தி அரசின் தலைநகரம் என்கிறது மகாபாரதம். மௌரியப் பேரரசின் மாமன்னர் அசோகச் சக்ரவர்த்தி சிறிது காலம் இந்த நகரில் வாழ்ந்ததாக வரலாற்றுச் சான்றுகள் தெரிவிக்கின்றன.

இதனையடுத்து யுவான் சுவாங் மீண்டும் நாளந்தா சென்றதாகக் கூறப்பட்டாலும், பின்னர் அவர் சென்றது முல்தான் என்னும் நகருக்குத்தான்.

முல்தான் தற்போது பாகிஸ்தானின் பஞ்சாப் மாகாணத்தில் அமைந்துள்ள ஒரு முக்கிய நகரம்.

6 ஆயிரம் ஆண்டுகள் பழமைமிக்க இந்த நகரில் இருந்து அவர் மீண்டும் தக்சீலாவை அடைந்தார்.

தொடக்கத்தில் இந்தியாவிற்குள் பிரவேசித்தபோது பாகிஸ் தானின் தக்சீலா வழியாத்தான் சகலா, மதுரா என்று இவரது பயணம் அமைந்தது.

அதேபோல இந்தியப் பயணத்தை முடித்துக்கொண்டு மீண்டும் இவர் தக்சீலாவை அடைந்தார். இருப்பினும் வந்த வழியாக இல்லாமல் இப்போது இவரது பயணப்பாதை வேறாக இருந்தது.

கடந்து வந்த நகரங்களான கபிசி, பாமியன் மற்றும் பால்ஹ் வழியாகவே திரும்புதல் பயணத்தை அவர் மேற்கொண்டாலும் அதன்பின்னர் கஷ்கர் என்னும் நகரை அடைந்தார்.

இது ஒரு சீன நகரம். பட்டுப்பாதையில் அமைந்துள்ள இது கிர்கிஸ்தான், தஜிகிஸ்தான், ஆப்கானிஸ்தான் ஆகிய நாடுகளின் எல்லையோரத்தில் அமைந்திருக்கும் ஒரு முக்கிய நகரம். சீனர்கள் மட்டுமல்லாமல் துருக்கியர்கள், மங்கோலியர்கள், திபெத்தியர்களின் ஆளுகையின் கீழ் இருந்து வந்துள்ள நகரமாகும்.

அங்கிருந்து மற்றொரு சீன நகரமான யார்கண்ட் சென்றார். பின்னர் கோட்டன் என்னும் பட்டுப் பாதையில் உள்ள மற்றொரு சீன நகரம் சென்றடைந்தார்.

அந்த நகரம் முழுக்க முழுக்க புத்த மதம் செழித்தோங்கி இருந்தது.

நியா என்னும் மற்றொரு பழமைவாய்ந்த சீன நகரைச் சென்றடைந்த யுவான் சுவாங், அங்கிருந்து லவ்லான் சென்ற அவர், பின்னர் சீனாவின் வடமேற்குப் பகுதியில் அமைந்துள்ள டன்ஹுவாங் என்னும் நகரை அடைந்தார்.

அங்கிருந்து தனது சொந்த இடமான சாங்கியானைச் சென்று அடைந்தார் யுவான் சுவாங்.

கி.பி. 645ஆம் ஆண்டு இவர் தனது இந்தியப் பயணத்தை முடித்துக் கொண்டு நாடு திரும்பினார்.

தனது இந்தியப் பயணத்தை விடவும், சீனாவிற்குத் திரும்பி வருகிறபோது இன்னும் அதிகச் சிரமத்தை அடைந்ததாக அவர் தனது குறிப்பில் பதிவு செய்துள்ளார்.

நிறைய கொள்ளையர்களை அவர் எதிர்கொள்ள வேண்டி இருந்தது என்றும், கரடுமுரடான மலைப் பிரதேசத்தைக் கடக்க பெரும் போராட்டம் நடத்த வேண்டி இருந்தது என்றும் குறிப்பில் தெரிவித்துள்ளார்.

ஏற்கெனவே தெரிவித்ததைப்போல நாடு திரும்பிய யுவான் சுவாங்கிற்கு மிகப் பெரிய அளவில் வரவேற்பளிக்கப்பட்டது. மன்னரே நேரில் வந்து இவருக்கு வரவேற்பளித்தார். வீதியெங்கும் மக்கள் திரளாகத் திரண்டு நின்று இவருக்கு மிகப் பலத்த வரவேற்பை அளித்தனர்.

இவர் இந்தியாவில் இருந்து திரும்பியபோது தன்னுடன் விலை உயர்ந்த பொருட்களோ, பொன்னோ, பணமோ கொண்டு செல்லவில்லை.

மாறாக புத்த மதம் சார்ந்த புத்தகங்களை மட்டுமே மூட்டை மூட்டையாகக் குதிரைகளில் சுமந்து கொண்டு சென்ற அறிவுஜீவி யுவான் சுவாங். இந்தியாவின் வரலாற்றுத் தகவல்களைப் பதிவு செய்த மாபெரும் யாத்ரீகர்.

5

இந்தியக் கலாச்சாரம்

'இந்தியா' என்பதை 'இன்-டு' (Yin-tu) என்றே யுவான் சுவாங் குறிப்பிட்டுள்ளார். 'மதுரை' என்பதை ஆங்கிலேயர்கள் 'மெஜுரய்' என்று உச்சரித்தனர். 'தூத்துக்குடி' என்பதை 'டுடுகொரின்' என்றனர். 'திருவனந்தபுரம்' என்ற ஊர் 'ட்ரவேன்ட்ரம்' என்று அழைக்கப்பட்டது.

'இன்-டு' என்றால் 'சியன் (Hien) -டு' என்ற சொல்லே மருவி 'இன்-டு' என்றானதாகத் தெரிகிறது. 'சியன்' என்றால் 'சந்திரன்' என்று பொருள்.

'இந்து தேசம்' (Indu Desa) என்பது சமஸ்கிருதச் சொல்லாகும்.

'இன்-டு' என்பது துருக்கிச் சொல்.

'சின்-டு' என்பது சூபிக்களின் சொல்லாகும். எல்லையற்ற மிகப் பெரிய ராஜ்யம் என்பது இதன் பொருள்.

புத்தர்கள் 'இன்-டு' என்றே அழைத்தனர்.

புத்த மதத்தினர் 'ஜம்புத்விபா' என்று இந்தியாவை அழைத்தனர். 'ஜம்பு' மரத்தைப் போன்ற வடிவில் இந்திய வரைபடம் இருந்த காரணத்தால் 'ஜம்புத்விபா' என்று அழைக்கப்பட்டது.

அதாவது ஆரிய தேசம் மற்றும் மத்திய தேசம் ஆகியவை இணைந்ததுதான் 'ஜம்புத்விபா' ஆகும்

மட்டுமல்லாமல் 'இந்திரவர்த்தனா' என்ற பெயரிலும் இந்திய நாட்டை புத்த மதத்தினர் அழைத்தனர்.

ஆனால் சீன வரலாறு இந்தியாவை 'மகத நாடு' என்றே குறிப்பிடுகிறது.

சமஸ்கிருதத்தில் 'சிந்தி' என்று அழைக்கப்பட்டது.

சில தமிழ்ப் பெயர்கள் ஆங்கிலேயர்களால் உச்சரிக்கப்பட முடியாத நிலையில், அவர்களுக்கு எப்படி உச்சரிக்க முடிந்ததோ அப்படியே உச்சரித்து, அதனைப் பதிவும் செய்தனர். இப்போது தான் நம் ஆட்கள் ஒவ்வொன்றாக மாற்றி வருகின்றனர்.

இந்தியா என்பது ஒரே நாடாக அழைக்கப்பட்டாலும் ஒரே அரசின் கீழ் இயங்கவில்லை. பல்வேறு பிரதேசங்களாகப் பிரிந்து, பல்வேறு மன்னர்களால் அரசாளப்பட்டது.

இவ்வாறு வெவ்வேறு சாம்ராஜ்யங்களாகப் பிரிந்து கிடந்த காரணத்தால் அங்கே குழப்பமான நிலையே காணப்பட்டது. இந்தியர்கள் என்றபோதிலும் ஒட்டுமொத்த நாடும் ஒரே நாடாக இல்லாததுபோன்ற ஒரு நிலையே காணப்பட்டது.

ஏறத்தாழ எழுபது சாம்ராஜ்யங்கள் வரை இந்தியாவில் இருந்தன.

இந்திய நாடு 45 ஆயிரம் கிலோ மீட்டர் பரப்பளவு கொண்டதாக இருந்தது. இதன் வட திசையில் பனி படர்ந்த மலையும், மீதமுள்ள மூன்று திசைகளிலும் கடலுமாகக் காட்சி அளித்தது.

கோடை காலத்தில் உஷ்ணம் மிகக் கடுமையாகக் காணப் பட்டதாக யுவான் சுவாங் கூறியுள்ளார். எங்கும் கடுமையான வெப்பக் காற்று வீசும். தண்ணீர் வற்றிப் போய் மக்கள் தாகம் தணிக்க தவியாய்த் தவித்தனர். தண்ணீருக்காக அவர்கள் பல மைல் தொலைவு நடந்து சென்றனர்.

பன்னிரெண்டு மாதங்கள் ஓராண்டாகக் கணக்கிடப்படுவது இந்தியாவிலும் காணப்பட்டது. அவர்கள் ஓராண்டை நான்கு பருவ நிலையாகப் பிரித்து வைத்துள்ளனர்.

1. கிரிஷ்மா

2. வர்ஷா

3. ஹேமந்தா

4. சைத்ரா

கோடை காலத்தை அவர்கள் கிரிஷ்மா என்று அழைத்தனர். அது ஏற்கெனவே கூறியதைப்போல மிகக் கடுமையான வெப்ப நிலையாகக் காணப்பட்டது.

வர்ஷா என்றால் மழைக்காலம் என்று பொருள். பெரும் பாலும் ஏப்ரல் மாதம் 16ஆம் தேதி முதல் ஆகஸ்ட் மாதம் 15ஆம் தேதி வரை வர்ஷா காலமாகக் கணக்கிடப்பட்டது.

அடுத்து ஹேமந்தா. இது குளிர் காலத்தைக் குறித்தது. இந்தக் காலக்கட்டத்தில் பனிப் பொழிவு மிகக் கடுமையாகவே இருந்தது.

மீதமுள்ள கால நிலையை சைத்ரா என்று அழைத்தனர். இலையுதிர் காலம் தொடங்கி பிற பருவச் சூழல் முழுவதும் இந்தக் காலத்தில் அடங்கும்.

பொதுவாக சதுப்பு நிலப் பகுதியாக விளங்கியது இந்திய தேசம். இதன் வடக்குப் பகுதியில் உவர் மண்ணாக இருந்தது. கிழக்குப் பிரதேசம் செழிப்பான வளம் நிறைந்த மண்ணைக் கொண்டிருந்தது. தென் பகுதி தாவரங்கள் செழிப்பாக வளரும் பிரதேசமாகக் காணப்பட்டது. மேற்குப் பிரதேசம் கரகரப்பான மண் வளம் உடையதாக இருந்தது.

அன்றைய நாட்களில் இவர்களின் அளவு முறை வித்தியாசமாக இருந்தது. தற்போது போல செ.ன்டி மீட்டர், அடி, அங்குலம் என்பதெல்லாம் அப்போது இல்லை. தங்கள் விரல்களைப் பயன்படுத்தியே அளவு செய்துவந்தனர்.

நிலத்தை அளப்பதற்குக்கூட இவர்கள் கால் அளவையே பயன்படுத்தி வந்ததாக வியப்புடன் கூறுகிறார் யுவான் சுவாங்.

இந்தியாவில் பொதுவாக கோதுமையே அதிகமாகப் பயிர் செய்து வந்தனர். அரிசி என்பது சில பகுதிகளில் மட்டுமே விளைந்தது.

சாலை வசதி எதுவும் முறையாக இல்லாத காரணத்தால் நாடு முழுவதும் தூசு அதிகமாகக் காணப்பட்டது. எந்த ஊருக்குச் சென்றாலும் அங்கெல்லாம் புழுதிப்படலம் அதிகமாகத் தெரிந்தது. அது புகை மண்டலமாகக் காட்சியளித்தது.

அங்கு காணப்படும் தெருக்கள் மட்டுமல்லாமல் அவர்கள் வளர்க்கின்ற மாடுகள், முயல்கள், ஆடுகள், கழுதைகள், நாய்கள் என்று அனைத்து வளர்ப்பு விலங்குகளும் தூசு படிந்து அழுக்காகவே காட்சியளித்தன.

இந்தியர்கள் பொதுவாக செம்பு உலோகத்தாலான பாத்திரங்களையே பயன்படுத்தி வந்தனர். அவையும் அழுக்கு படிந்தே விளங்கின.

குளம், குட்டை, ஆறு, நதி என்றில்லாமல் கிணற்று நீரும் தூசுகளால் நிரம்பியே காணப்பட்டன.

இரவு நேரத்தில் அந்தக் கரிய இருளில்கூட எங்கும் தூசுப் படலத்தைப் பார்க்க முடிந்தது.

இவ்வாறு இந்தியா முழுவதும் தூசு நிரம்பிக் காணப்பட்டதாக யுவான் சுவாங் கவலையுடன் தெரிவித்துள்ளார். அதே யுவான் சுவாங் தற்போது இந்தியாவிற்கு வந்தால் அவரது கவலை மேலும் மிக அதிகமாகவே இருந்திருக்கும் என்று நம்பலாம்.

இந்திய நகரங்களும், கிராமங்களும் ஒரே சீரான வடிவத்தில் அமையவில்லை. கோணல் மாணலாக, அதனதன் விருப்பத்திற்கு ஏற்ப சீரற்ற முறையில் காணப்பட்டது. சுவர்களின் அமைப்பும் ஒரே மாதிரியாக இல்லாமல் இஷ்டத்திற்குக் கட்டப்பட்டிருந்தது.

நிறைய குறுகிய சாலைகள் காணப்பட்டன. ஆனால் இவை அனைத்தும் ஒழுங்கற்ற முறையில் கடினமாகவும், கோணல் மாணலாகவும், குண்டும் குழியுமாகவே காணப்பட்டன. இத்தகைய வழித்தடத்தில் அங்குள்ள மக்கள் கவலையே இல்லாமல் சென்று வந்தது ஆச்சரியமாக இருந்தது.

அதே நேரத்தில் நெடுஞ்சாலைகள் அகலமாக விரிந்து பரந்து நீண்டு காணப்பட்டன. நெடுஞ்சாலைகளின் ஓரங்களில் நிறைய வணிக வளாகங்களைப் பார்க்க முடிந்தது. சிறிய கடைகள் முதல் பெரிய வணிகங்கள் வரை அங்கே அமைந்திருந்தன.

மட்டுமல்லாமல் வழிப்போக்கர்கள் பயணக் களைப்பு நீங்க தங்கிச் செல்வதற்கு வசதியாக ஆங்காங்கே சத்திரங்களும் இருந்தன.

மன்னர்களும், செல்வந்தர்களும், பெரு வணிகர்களும் இத்தகைய சத்திரங்களைக் கட்டி வைத்து பயணிகளுக்கு இலவச சேவை வழங்கி வந்தது வியப்பாக இருந்தது.

கசாப்புக் கடைக்காரர்கள், மீனவர்கள், அரசு சேவகர்கள், கொலையாளிகள், துப்புரவுப் பணியாளர்கள் போன்ற பல்வேறு தரப்பினரும் நகரங்களில் வசித்து வந்தனர். ஆனால் இவர்கள் அனைவருமே அவர்களின் தொழிலுக்கேற்ப தனித்தனியான இடங்களிலேயே வசித்து வந்தனர்.

குறிப்பாக கொலையாளிகள் பெரும்பாலும் நகரங்களை விடுத்து கிராமங்களிலேயே தஞ்சமடைந்திருந்தனர். இவ்வாறு தஞ்சமடைகிற வகையில் அவர்களுக்குச் சமூகம் நெருக்கடியைக் கொடுத்திருந்தது.

இப்படி இந்தியாவின் பொதுவான தோற்றத்தைக் குறிப்பு எழுதி வைத்துள்ளார் யுவான் சுவாங். பெரும்பாலும் அவர் இந்தியா என்று குறிப்பிட்டது வட இந்தியாவாகத்தான் இருந்தது.

நகரங்களும் வீடுகளும்

பொதுவாக நகரங்கள் அனைத்தைச் சுற்றிலும் பாதுகாப்புச் சுவர்கள் காணப்பட்டன. அதேபோல அங்குள்ள வீடுகளைச் சுற்றிலும்கூட பாதுகாப்புச் சுவர்கள் என்னும் மதில் சுவர்கள் அமைக்கப்பட்டிருந்தன.

வீட்டின் சுவர்கள் செங்கல்களைக் கொண்டு கட்டப்பட்டி ருந்தன. இந்தச் செங்கல்கள் சுட்ட செங்கல்களாக மட்டுமல்லாமல் பச்சை செங்கல்களாகவும் இருந்தன. சுண்ணாம்பு பயன்படுத்தி சுவர்கள் எழுப்பப்பட்டிருந்தன.

சுண்ணாம்பை வெள்ளை நிற வர்ணமாகவும் சுவர்களில் அடித்து காப்பாற்றும் முயற்சியில் ஈடுபட்டிருந்தனர். அதன் மீது சில அழகிய வேலைப்பாடுகள் அமைந்த ஓவியங்களும் தீட்டப் பட்டிருந்தன.

சில இடங்களில் மரப் பலகைகள் மற்றும் மூங்கில்களைக் கொண்டும் கட்டப்பட்டிருந்தன.

சீனாவில் உள்ளதைப்போலவே இந்தியாவில் உள்ள வீடுகளும் மிக அதிக உயரமாகவே அமைந்திருந்தன. இவற்றின் கூரைகள் கரடு முரடான ஓடுகளால் வேயப்பட்டிருந்தன.

வீடுகளின் தரை பொதுவாக மண் தரையாகவே இருந்தன. அவை மாட்டுச் சாணத்தால் நன்கு மெழுகப்பட்டு ரொம்பவும் சுத்தமாக அமைந்திருந்தன.

வீட்டின் முற்றத்தை சாணம் தெளித்து மெழுகியதோடு அங்கே பூக்களையும் அவர்கள் ஊன்றி வைத்திருந்தனர். பார்ப்பதற்கு மனதைக் கவரும் விதமாக அமைந்திருந்தது.

இந்த மாதிரியான காட்சிகள் சீனாவில் இருந்து முற்றிலும் வேறுபட்டதாக இருந்தது.

வீடுகளின் வெளிப்புறம் மிகமிக எளிமையாக, சிக்கனமாகக் காட்சியளித்தன. அதே நேரத்தில் அவற்றின் உட்புறங்கள் ஆடம்பர மாகவும், பிரம்மாண்டமாகவும் இருந்தன.

உள் அறைகள், மையப் பகுதியில் பெரிய ஹால் என்று வெவ்வேறு பரிமாணங்களில் மிளிர்ந்தன உட் பகுதிகள்.

வீடுகள் அனைத்துமே குள்ளமாக இல்லாமல் உயரமாகவே கட்டப்பட்டிருந்தன. நிறைய அறைகளும் காணப்பட்டன. ஒவ்வொரு அறைக்கும் தனித்தனியாக கதவுகள் பொருத்தப்பட்டு அறைகள் ஒவ்வொன்றுமே மிகவும் பாதுகாப்பாகக் கட்டப்பட்டி ருந்தன.

பொதுவாக வீடுகளின் வாசல்கள் அனைத்துமே கிழக்கு முகமாகவே இருந்தன. காலைக் கதிரவனின் கதிர்கள் உடம்பில் விழ வேண்டும் என்ற அடிப்படை நோக்கம் அதில் அடங்கி இருந்ததாகத் தெரிகிறது.

என்றாலும் வீடுகளின் கட்டுமானத்திற்கு என்று பிரத்யேகச் சட்டங்கள் எதனையும் அவர்கள் வகுத்துக் கொள்ளவில்லை. அவர்கள் விருப்பத்திற்கேற்பவே வீடுகளின் கட்டுமானப் பணிகள் மேற்கொள்ளப்பட்டன.

இங்கு காணப்பட்ட புத்த மடலாயங்கள் குறிப்பிடத்தக்க கட்டடக் கலையம்சத்துடன் விளங்கின. நான்கு பக்கங்களைக் கொண்ட ஒரு கோபுரம் உடையதாக அமைந்திருந்தன.

இந்த மடாலயங்களில் ஒரே அடுக்கில் மூன்று உயர்தர அரங்குகள் காணப்பட்டன.

இவற்றின் மாடி மற்றும் கூரையின் விட்டங்களில் விசித்திரமாக வண்ண வண்ண ஓவியங்கள் தீட்டப் பட்டு அழகுறக் காட்சியளித்தன.

இந்த மக்களிடம் ஒரு சமத்துவத்தைப் பார்க்க முடிந்தது. அதாவது ஜமீன் குடும்பமாக இருந்தாலும், உயர் குடியைச் சேர்ந்த வர்களாக இருந்தாலும், செல்வந்தர்களாக இருந்தாலும், பண்ணை யார்களாக இருந்தாலும், முதியவர்களாக இருந்தாலும், உயரதிகாரி களாக இருந்தாலும், வறியவர்களாக இருந்தாலும், ஏழைக் குடியானவனாக இருந்தாலும் அனைவருமே கயிற்றுக் கட்டில்களை மட்டுமே பயன்படுத்தி வந்தனர். இந்தக் கட்டில்கள் சணல் போன்ற ஒருவகையான கயிறுகளால் கட்டப்பட்டிருந்தன.

மரியாதைக்குரிய மேன்மக்கள் என்னும் ஜமீன்கள், அரசர்கள், உயர் குடியில் பிறந்த செல்வந்த சீமான்களின் வீடுகளில் விலை உயர்ந்த முத்துக்களால் அலங்கரிக்கப்பட்ட பெஞ்சுகள் இருந்தன. இவை சற்று உயரமாகவும், மிக அகலமாகவும் காணப்பட்டன.

இவற்றை பெஞ்சுகள் என்று சொல்வதைவிட, அரியணை போன்ற ஒரு இருக்கை என்று சொல்வதே பொருத்தமாக இருக்கும். 'சிங்கத்தின் இருக்கை' (Lion's Seat) என்று மரியாதையோடு அழைக்கப்படும் இந்த வகை நாற்காலிகள் பட்டுத் துணியாலும், ஆபரணங்களாலும் அலங்கரிக்கப்பட்ட நிலையில் காட்சியளித்தன.

தனிமனிதப் பண்புகள்

இந்தியர்களின் தனிமனிதப் பண்புகளைப் பற்றியும் தெளிவாகக் குறித்து வைத்துள்ளார் யுவான் சுவாங்.

ஆண்கள் பொதுவாக வெள்ளை நிறத்தாலான உடை களையே விரும்பி அணிந்தனர். வேறு வண்ண உடைகளை அவர்கள் எப்போதாவது மட்டுமே அணிந்தனர். அரைக்கை சட்டை அணிந்த அவர்கள் கழுத்தில் துண்டு ஒன்றையும் எப்போதும் அணிந்திருந்தனர்.

பெண்களைப் பொருத்தவரை சேலை கட்டிக் கொண்டிருந் தனர். ஆனால் அவை வெள்ளை நிறத்தில் இல்லை. வேறு வேறு வண்ணங்களில் காணப்பட்டன. தங்களின் நீண்ட தலை முடியை வாரிக் கட்டித் தொங்கவிட்டிருந்தனர். தலையில் சிறிய கிளிப் ஒன்றை மாட்டி அதில் பின்னப்பட்ட பூச்சரத்தைப் பொருத்திக் கொண்டிருந்தார்கள். கழுத்தில் தங்கத்தாலான நெக்லஸ் அணிந்திருந்தனர்.

இவர்கள் அணிந்திருந்த உடை ஒருவகையான உள் அறைகள், மையப் பகுதியில் பெரிய ஹால் என்று வெவ்வேறு பரிமாணங் களில் மிளிர்ந்தன உட் பகுதிகள். கைத்தறி துணியால் ஆனதாக

கயிற்றுக் கட்டில்

ஆபரணங்கள் அணிந்த அன்றைய மன்னர்

இருந்தது. 'கௌஷெயா' என்று அழைக்கப்பட்ட இத் துணி காட்டுப் பருத்தியால் நெய்யப்பட்ட மெல்லிய துணியாகும்.

வட இந்தியாவில் குளிர்காலம் மிகக் கடுமையாக இருக்கும். பனி மேகங்கள் கூட்டம் கூட்டமாகப் படையெடுத்து வந்து மக்களைத் தாக்கும்.

இத்தகைய கடினமான குளிரில் இருந்து தங்களைப் பாது காத்துக் கொள்வதற்காக ஆட்டு ரோமத்தாலான கம்பளி ஆடைகளையும் அவர்கள் பயன்படுத்தி வந்தனர். மேலும் குளிரில் இருந்து தப்பிப்பதற்காக இறுக்கமான ஆடைகளையே உடுத்தி வந்தனர்.

வித்தியாசமான உடையில் நிறைய துறவிகளைப் பார்க்க முடிந்தது.

அவர்களில் சிலர் மயில் இறகாலான உடையை அணிந்து கொண்டிருந்தார்கள். வேறு சிலர் தங்கள் கழுத்தில் மனித மண்டையோடுகளால் ஆன மாலையை அணிந்திருந்தார்கள்.

இன்னும் சிலர் புற்கள் அல்லது மரப்பட்டைகளை ஆடையாக உடுத்திக் கொண்டு உலவி வந்தனர்.

இதைவிட இன்னுமொரு ஆச்சரியமளிக்கக்கூடியது என்ன வென்றால், சிலர் ஆடை எதுவும் இல்லாமல் நிர்வாணமாகவும் திரிந்து கொண்டிருந்தனர்.

ஆக உடை என்பது இவர்களைப் பொருத்தமட்டில் இப்படித் தான் இருக்க வேண்டும் என்று வரையறுக்கப்படவில்லை என்பதைப் புரிந்து கொள்ள முடிந்தது.

இந்தியர்கள் நான்கு வகையான வகுப்பினராகப் பிரிந்து கிடந்தனர். இவர்களில் பிராமணர்களும், சத்திரியர்களும் எப்போதும் சுத்தமாகவே இருந்தனர். அவர்களின் கைகள் நன்கு சுத்தமாக இருந்தன.

தூய்மை மற்றும் எளிமை என்பதில் இவர்கள் அதிகக் கவனம் செலுத்தி வந்தனர். சிக்கனமாகவும் இவர்கள் இருந்தனர்.

மன்னர்கள் அனைவரும் விதவிதமான ஆபரணங்களை அணிந்திருந்தனர். தங்கத்தாலான மாலைகளில் பல்வேறு வகையான வைரங்கள், வைடூரியங்கள், முத்துக்கள், பவளங்கள், மாணிக்கங்கள் என்று ஜொலியாய் ஜொலித்தன.

இவர்கள் அணிந்திருந்த உடைகள் சாதாரண மனிதர்களின் உடைகளில் இருந்தும் முற்றிலும் வேறுபட்டுக் காணப்பட்டன. பளபளப்பாகவும், ஆடம்பரமாகவும் அந்த உடைகள் இருந்தன.

ஒவ்வொரு மன்னர்களும் தங்கள் தலையில் கிரீடம் ஒன்றை சூட்டிக் கொண்டிருந்தனர். அந்தக் கிரீடம் தங்கத்தால் செய்யப் பட்டிருந்தது. அதிலும் பல்வேறு விலை உயர்ந்த கற்கள் பதிக்கப் பட்டிருந்தன.

கழுத்தில் விதவிதமான மாலைகள் அணிந்து காணப்பட்ட அவர்கள், கை விரல்களிலும் மோதிரங்கள் பல அணிந்திருந்தனர். பிரேஸ்லெட், நெக்லஸ் என்று ஒரு ஆபரண மாளிகையாகவே அவர்கள் காட்சியளித்தனர்.

வசதியான வணிகப் பெருமக்கள், தங்கள் அந்தஸ்தை வெளிப் படுத்தும் விதமாக கையில் பிரேஸ்லெட் மட்டுமே அணிந்திருந் தனர்.

இந்தியர்கள் பெரும்பாலும் வெறுங்கால்களுடனேயே நடமாடிக் கொண்டிருந்தனர். காலணிகள் அணிந்த மனிதர்களைப் பார்ப்பது மிக அரிதாகவே இருந்தது.

பற்கள் பொதுவாகக் கறை படிந்தே காணப்பட்டன. அதுவும் சிவப்பாகவோ அல்லது கறுப்பாகவோ இருந்தது. எதனால் இப்படி கறை படிந்த பற்களோடு காணப்பட்டனர் என்பதற்குச் சரியான விளக்கம் தெரியவில்லை.

ஆண்கள் அனைவரும் ஒரே மாதிரியாகத் தலைமுடியை வெட்டிக் கொண்டிருந்தனர். இது வியப்பாக இருந்தது.

பெண்களைப் போலவே இங்குள்ள ஆண்கள் அனைவருமே காது குத்தியிருந்தனர். சிலர் அதில் கம்மல், வளையம் போன்ற வற்றை அணிந்திருந்தனர். பலர் காது குத்திய துளையுடனேயே இருந்தனர்.

சீனர்களைப் போல சப்பை மூக்காக இல்லாமல் நீண்ட மூக்குடன் காணப்பட்டனர். சிலரது மூக்குகள் ரொம்ப அதிகமாகக் கூட நீண்டிருந்தன.

கண்களும்கூட கீழை நாட்டவர்களைப் போல சிறியதாக இல்லாமல் பெரிய கண்களை உடையவர்களாகவே இருந்தனர்.

பதற்றம் எதுவும் இல்லாமல் இயல்பாகவே இந்தியர்கள் காணப்பட்டனர்.

இவர்களிடம் பொதுவாக ஒரு நல்ல பழக்கத்தைப் பார்க்க முடிந்தது. அதாவது உணவு சாப்பிடுவதற்கு முன்பாகத் தங்கள் கையைக் கழுவிவிட்டு வந்தனர். இந்த சுத்தத்திற்கு ஒரு முக்கியக் காரணமும் இருந்தது. இவர்கள் யாரும் சீனர்களைப் போல சிறிய குச்சியைப் பயன்படுத்தி உணவைச் சாப்பிடுவதில்லை. மாறாக தங்கள் கைகளைப் பயன்படுத்தியே சாப்பிடுகின்றனர். அதிலும் குறிப்பாக வலது கையை மட்டுமே பயன்படுத்துகின்றனர்.

சாப்பாட்டின் போது ஒருமுறை மட்டுமே பதார்த்தங்கள் வழங்கப்படுகின்றன. மறுமுறை கேட்டாலும் கொடுப்பதில்லை. அதாவது ஒருமுறை மட்டுமே ஒரு அயிட்டம் வழங்கப்படும் தன்மை.

ஒருவர் பயன்படுத்திய பாத்திரத்தை மற்றொருவர் கண்டிப்பாகப் பயன்படுத்துவதே கிடையாது.

பெரும்பாலும் மண்ணாலான பாத்திரங்களையே பயன்படுத்தி வந்தனர். மண் பாத்திரங்களில் சமையல் செய்த பிறகு அவற்றை மீண்டும் பயன்படுத்துவதில்லை. வெளியே எறிந்துவிடுகிறார்கள்.

சில இடங்களில் மரத்தாலான பாத்திரங்களைப் பயன் படுத்தினர். நன்றாகப் பயன்படுத்திய பிறகு அந்தப் பாத்திரங்களை அவர்கள் குப்பையில் எறிந்துவிடுகின்றனர்.

தங்கம், வெள்ளி, இரும்பு மற்றும் செப்புப் பாத்திரங்களையும் சிலர் பயன்படுத்தினர். பழையதாகிவிட்டது என்றால் இவற்றைக் குப்பையில் எறிவது கிடையாது. மாறாக அதற்குரியவர்களை வரவழைத்து அவற்றிற்கு பாலீஷ் போட்டு புதுப்பித்துக் கொள்கிறார்கள்.

சாப்பிட்டு முடித்தவுடன் தயாராகப் பல் குச்சி ஒன்றை வைத்திருக்கின்றனர். பற்களின் இடுக்குகளில் ஒட்டிக் கொண்டிருக் கும் உணவுத் துகள்களை இதனைப் பயன்படுத்தி அப்புறப்படுத்து கின்றனர். இதனை ஒரு கடமையாகவே செய்து வந்தனர்.

இவர்களிடம் இன்னொரு நல்ல விஷயத்தையும் பார்க்க முடிந்தது. அதாவது காலையில் குளித்த பிறகே யாரையும் சந்திக்கத் தயாராகின்றனர். எத்தனை அவசரம் என்று யார் அழைத்தாலும் குளிக்காமல் அவர்களைச் சந்திப்பதே கிடையாது.

சிறுநீர் கழித்ததும் தங்கள் கால், கைகளைக் கழுவிச் சுத்தம் செய்கின்றனர். அப்படி இல்லாமல் யார் வந்தாலும் அவர்கள் சுத்தமாகி வருமாறு வற்புறுத்தப்படுகிறார்கள்.

குளிக்கும்போது சந்தனம் மற்றும் குங்குமப் பூவைப் பயன் படுத்திக் குளிக்கின்றனர். இதனால் குளித்த பின்னர் இவர்களிடம் இருந்து கலவையான ஒரு சுகந்த மணம் வீசுவதை உணர முடிந்தது.

மன்னர்கள் குளிக்கச் செல்வதை ஒரு கொண்டாட்ட நிகழ்வாகவே நடத்துகின்றனர். அப்போது இசைக் கருவிகள் முழக்கமிடுகின்றன. இனிமையான பாடல்களைப் பாடுகின்றனர். அதாவது கோயிலில் கடவுளுக்கு அபிஷேகம் செய்கிறபோது என்ன மாதிரியான ஒரு பக்தியைச் செலுத்துகின்றனரோ, அதே போன்ற பக்தியையும், விசுவாசத்தையும் மன்னர் குளிக்கச் செல்கிற போது அனைவரும் காண்பிக்கின்றனர்.

கல்வி

இந்தியர்களின் தொன்மையான மொழி 'தேவநாகரி' என்று கூறப்படுகிறது. எழுத்தை முதன்முதலாகக் கண்டுபிடித்தவர் 'பிரம்மா' என்கின்றனர். இந்து மதத்தில் பிரம்மா மும்மூர்த்தி கடவுளர்களில் ஒருவர். சிவனும், நாராயணனும் மற்ற இருவர்.

தேவநாகரி என்பது பிரம்ம புராணம் என்று அழைக்கப் படுகிறது. மகா புராணங்களில் முதன்முதலாகத் தோன்றியது. இதனை ஆதி புராணம் என்று அழைக்கின்றனர்.

47 எழுத்துக்கள் உடைய இதுவே முதல் கல்வி அமைப்பு ஆகும்.. பின்னர் காலச் சூழல் காரணமாக மாற்றங்கள் ஏற்பட்டன.

மத்திய இந்தியாவில் இருப்பவர்கள் மிகச் சரியாகப் பேசினர். உச்சரிப்பில் நேர்த்தி இருந்தது. வெளிப்படையாகவும், உற்சாகமாக வும் பேசினர். அவர்கள் பேச்சில் நல்ல ஆளுமை இருந்தது.

ஆனால் பிற பகுதிகளில் இருந்தவர்களும், எல்லைப் புறத்தில் இருந்தோரும் முறையாக உச்சரிக்காமல் தப்பும் தவறுமாகவே பேசினர். அவர்கள் பேச்சில் தெளிவான உச்சரிப்பும் காணப்பட வில்லை.

கல்வியைப் பொருத்தமட்டில் ஒரு குழந்தைக்கு ஏழாவது வயதில் இருந்தே தொடங்குகிறது. சீனாவுடன் பொருத்திப் பார்க்கிறபோது இது சற்று தாமதமாகவே தெரிகிறது.

படிப்புக் காலத்தில் அவர்களுக்கு ஐந்து விதமான பாடங்கள் போதிக்கப்படுகின்றன. இவை மொத்தம் 12 அத்யாயங்களைக் கொண்டதாக அமைந்துள்ளது.

1. இலக்கணம்

2. தொழில் திறமை

3. மருத்துவம்

4. காரணம்

5. உள்ளார்ந்த அறிவியல்

இலக்கணம் என்பது ஒரு மொழியைக் குளறுபடி இல்லாமல், பிறர் தெளிவாகப் புரிந்து கொள்வதற்காக வகுக்கப்பட்ட ஒன்று. இலக்கணம் இல்லாமல் எந்த மொழியும் வளம்பெற முடியாது.

இரண்டாவது தொழில் திறமை. அதாவது வாழ்க்கையில் எது அத்யாவசியத் தேவையோ அதற்கு முக்கியத்துவம் கொடுத்த கல்விமுறை. கலைகள் மற்றும் ஜோதிடம் பற்றிய கல்வியைக் குழந்தைகளுக்குக் கற்பித்தல்.

அடுத்து மருத்துவம். அப்போது பெரும்பாலும் நாட்டு வைத்திய முறையே காணப்பட்டது. ஊசி, கல், கொப்பளம் போன்ற மருத்துவ அறிவியல் மாணவர்களுக்குக் கற்பிக்கப்பட்டது.

நான்காவது காரணம். இது சற்று முக்கியத்துவம் வாய்ந்த கல்வியாக அமைகிறது. ஆத்திகம் மற்றும் நாத்திகம் பற்றிய அறிவை மாணவர்களுக்கு வழங்குவதுதான் இதன் நோக்கமாக இருந்தது. அதாவது இவ்விரண்டுக்கும் இடையேயான ஒற்றுமை, வேற்றுமை போன்றவற்றைக் கற்றுக் கொடுத்தல். மட்டுமல்லாமல் எது சரி, எது தவறு என்பது குறித்த ஒரு தெளிவான மனோநிலையைக் குழந்தைப் பருவத்திலேயே அவர்களுக்குக் கற்பித்தல்.

கடைசியாக உள்ளார்ந்த அறிவியல். இதுவும் சமயம் சார்ந்த ஒரு கல்வியாகவே அமைந்தது. அதாவது கர்மா, கோட்பாடு போன்றவை குறித்து மாணவர்களுக்குத் தெளிவாக விளக்குவது தான் இந்தப் பாடமாக இருந்தது. இது பொதுவான கல்விமுறையாக இருந்தது. ஆனாலும் பிராமணர்களுக்குத் தனியான கல்விமுறையும் காணப்பட்டது. அந்த மாணவர்களுக்கு நான்கு வேதங்களைப் பற்றிக் கற்றுக் கொடுக்கப்பட்டது.

1. அதர்வண வேதம் மற்றும் ஆயுர் வேதம்.

2. யஜுர் வேதம்

3. சாம வேதம்

4. ரிக் வேதம்

அதர்வண வேதம் என்பது பிரம்ம வேதம், மாந்தரீகம் போன்ற தீய சக்திகளைக் கொண்ட எதிரிகளை வெல்வது குறித்த வேதங்களைக் கூறுகிறது.

இவ்வாறு வெற்றியை அடைவதற்கான வழிகளைக் குறித்து தெளிவாகக் கற்றுத் தருகிறது அதர்வண வேதம்.

ஆயுர் வேதம் என்பது அதர்வண வேதத்தின் ஒரு துணைப் பகுதியாக எடுத்துக் கொள்ளலாம். வாழ்க்கையின் மீது ஒரு தளர்ச்சி ஏற்படாமல் அதற்கு ஊக்க சக்தியை அளிக்கிறது.

அத்துடன் ஒரு மனிதனின் ஆயுளை நீடிக்கச் செய்வதற்கான வழிமுறைகளைத் தெரிவிக்கிறது ஆயுர் வேதம்.

யஜுர் வேதம் என்பது பொது வழிபாடு பற்றியதாகும். கிரியை மற்றும் வேள்வி பற்றியெல்லாம் யஜுர் வேதம் விளக்குகிறது.

சாம வேதம் என்றால் கிரியைகளுக்கான மந்திரங்களைக் கற்றுத் தருவதாகும். சாம வேதம் முழுவதும் சங்கீத வழியிலேயே அமைந்துள்ளது.

ரிக் வேதம் என்பது வேதங்களில் மிகப் பழமையானது என்று கருதப்படுகிறது. ஒருவர் மகத்தான வெற்றியைப் பெறுவதற்கான வழிமுறைகளைத் துல்லியமாக விளக்கிச் சொல்கிறது.

எதிரியை வீழ்த்துவதற்குத் தேவர்களின் உதவியை நாடுவது எப்படி என்பது பற்றிய பாடல்களைக் கொண்டுள்ளது ரிக் வேதம்.

யுவான் சுவாங்கைப் பொருத்தமட்டில் நான்கு வேதம் என்பதில் மிகப் பழமையான ரிக் வேதத்தைத் தனது குறிப்பில் எப்படியோ சேர்க்காமல் விட்டுவிட்டார்.

ஆனாலும் அவர் நான்கு வேதங்கள் என்று குறிப்பிட்டுள் ளார். நான்கில் ஆயுர் வேதத்தைத் தனியொரு வேதமாகக் குறிப் பிட்டு ரிக் வேதத்தை விட்டுவிட்டார்.

அதற்காக ரிக் வேதம் கணக்கில் சேர்க்கப்படாமல் போய் விடாது என்பதால்தான் இந்த விளக்கம்.

சாதி

இந்திய மக்கள் நான்கு சாதியாகப் பிரிக்கப்பட்டுள்ளனர். இதனைத் தங்கள் முன்னோர்கள் காலத்தில் இருந்தே கடைப் பிடித்து வருவதாகச் சொன்னார்கள்.

1. பிராமணர்

2. சத்திரியர்

3 வைசியர்

4 சூத்திரர்

பிராமணர்கள் புனிதர்களாக மதிக்கப்பட்டனர். அமைதி, சுய ஒழுக்கம், கட்டுப்பாடு, நேர்மை, பொறுமை, அறிவு, விவேகம், சுத்தம், தூய்மை போன்றவற்றைப் பேணிக் காப்பவர்களாக என்றும் கருதப் படுபவர்கள் பிராமணர்கள்.

தங்கள் குழந்தைகளுக்கு நன்றாக வேதங்களைக் கற்பிக்கும் இவர்கள், சடங்கு சம்பிரதாயங்களை முறைப்படி நடத்துபவர்கள்.

பிராமணர்களுக்கு அடுத்த இடத்தில் இருப்பவர்கள் சத்திரியர்கள். அரச குலத்தைச் சேர்ந்தவர்களாக இருக்கிறார்கள். ஆட்சி செய்பவர்கள் மட்டுமல்லாமல் வீரத்தோடு போர் புரிவோர்களும் சத்திரியர்களாகக் கருதப்படுகின்றனர்.

புராண காலத்தைச் சேர்ந்த பகவான் இராமபிரான், கிருஷ்ண பரமாத்மா, புத்த பிரான் போன்றோரும் சத்திரிய குலத்தைச் சேர்ந்தவர்கள்.

மூன்றாவதாக வைசியர்கள். வணிகத் தொழிலைச் செய்பவர் கள் வைசியர்கள் என்று அழைக்கப்படுகின்றனர். கை வினைஞர் களும் வைசியர்களாகத்தான் இருக்கின்றனர்.

கடைசி வரிசையில் இருப்பவர்கள்தான் சூத்திரர்கள். கடை நிலை ஊழியர்கள், தாழ்த்தப்பட்டோர் இந்த சாதியில் வருகின்றனர்.

நிலத்தை உழுது, விதை விதைத்து, பயிர் செய்து, அறுவடை செய்பவர்கள்தான் சூத்திரர்கள். அதாவது மற்ற மூன்று பிரிவைச் சேர்ந்தவர்களுக்கும் பணி செய்வதற்கே இவர்கள் படைக்கப் பட்டவர்கள் என்றே நம்புகின்றனர்.

இதனைத் தவிர இன்னும் சில கலப்பு சாதிகளும் இருந்தன. அதாவது நெசவாளர்கள், உழவர்கள், துப்புரவுப் பணியாளர்கள், வேட்டைக்காரர்கள், செருப்பு தைப்பவர்கள் போன்றோர் அந்த முக்கிய நான்கு சாதியிலும் சேராதவர்களாக இருந்தனர். இன்னும் சொல்லப்போனால் இவர்கள் தீண்டத்தகாதவர்கள் வரிசையில் இருந்தனர்.

பொதுவாக ஒரு சாதியைச் சேர்ந்தவர் எக்காரணம் கொண்டும் மற்றொரு சாதியினராக மாறவே முடியாது. ஒரே சாதிக்குள் மட்டுமே திருமணம் செய்து கொள்ள முடியும். சாதி விட்டு சாதி மணம் செய்வது என்பது பெரும் தவறு என்றே கருதப்பட்டது.

மகளிர் நிலை திருப்திகரமாக இல்லை.

தங்களது கணவரைத் தேர்ந்தெடுக்க வாய்ப்பளிக்கும் சுயம்வர முறை அநேகமாக மறைந்து விட்டிருந்தது. வரதட்சணை முறை பரவலாகப் பின்பற்றப்பட்டது. 'சதி' என்ற உடன்கட்டை ஏறும் வழக்கமும் காணப்பட்டது.

ஒரு பெண் இளம் வயதிலேயே தனது கணவனை இழந்து விட்டாலும் அவள் இரண்டாம் திருமணம் செய்து கொள்ளக் கூடாது என்பது அங்குள்ள சம்பிரதாயமாக இருந்தது.

இராணுவம்

இந்திய நாட்டின் இறையாண்மை சத்திரியர்களால் பாதுகாக் கப்பட்டது என்கிறார் யுவான் சுவாங். அவ்வளவு வீர தீரத்துடன், கடமை உணர்ச்சியோடு நாட்டை விழிப்புடன் அவர்கள் பாதுகாத்து வந்தனர்.

கிளர்ச்சிகள் நடைபெறத்தான் செய்தன. ராஜ கொலைகளும் எப்போதாவது நடக்கத்தான் செய்தன. புராண காலத்து நிகழ்வுகளான இத்தகைய செயல்கள் தொடர்ந்து கொண்டே இருந்தாலும், இவற்றைப் படர விடாமல், அடக்கி ஒடுக்குவதில் பாதுகாவலர்களின் பங்கு நிரம்பக் காணப்பட்டது.

தேசத்தின் பாதுகாப்பில் வீரர்கள் முக்கியக் கவனம் செலுத்தி வந்தனர். எப்போதும் விழிப்போடு புத்தி மற்றும் பார்வையைக் கூர்மையாக வைத்துக் கொண்டிருந்தார்கள்.

பாதுகாப்பு வீரர்களாக ஆர்வம் உள்ள இளைஞர்கள் எல்லோரும் வந்துவிட முடியாது.

முக்கியமாக சத்திரிய குலத்தைச் சேர்ந்தவர்கள் மட்டுமே பாதுகாப்பு வீரர் பணிக்கு வரமுடியும். அவர்கள் பரம்பரை பரம்பரையாக வீரம் செறிந்தவர்களாக இருந்த காரணத்தால் போரின்போது சிறப்பான நிபுணத்துவம் பெற்றவர்களாக விளங்க முடிந்தது.

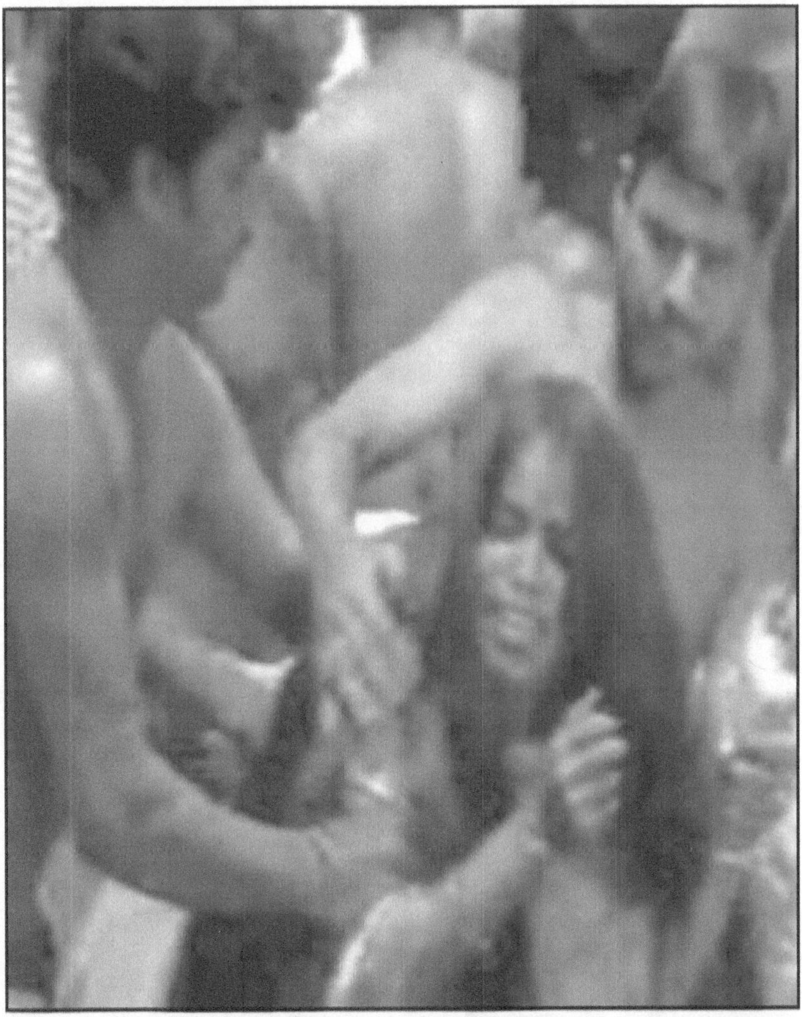

உடன்கட்டை ஏறுதல்

பண்டைய வீரர்கள்

புதியவர்களை இப்பணிக்கு அல்லது இச்சேவைக்குத் தயார்ப் படுத்த வேண்டுமென்றால் அதற்கு மிகக் கடினமான பயிற்சிகளை அளிக்க வேண்டும். என்றாலும் நுண்ணிய அறிவும், சமயோசித புத்தியும், போர் முறைத் தந்திரங்களும் இயல்பாகவே வரவேண்டும். அவை இரத்தத்தில் ஊறி இருக்க வேண்டும்.

இப்படிப்பட்ட நினைப்போடுதான் சத்திரிய குலத்தில் பிறந்தவர்கள் மட்டுமே பாதுகாப்புப் பணியில் ஈடுபட வேண்டும் என்ற சித்தாந்தத்தைப் பரவலாக இந்தியா முழுவதும் உறுதியாகப் பின்பற்றி வந்தனர்.

இவர்கள் போர், கிளர்ச்சி, படுகொலை போன்றவை எதுவும் இல்லாமல் நாடு அமைதியாக இருக்கும் காலக்கட்டத்தில் தங்கள் குடும்பத்தோடு மகிழ்ச்சியாகவும், உற்சாகமாகவும் பொழுதைக் கழித்து வந்தனர்.

ஆனால் போர் என்று வந்துவிட்டால் மிகப் பெரிய துணிச்சல் அவர்களுக்கு எங்கிருந்துதான் வருமோ தெரியாது, அப்படியொரு துணிச்சல் வந்துவிடுகிறது. புத்தி சாதுர்யத்தோடும், மிகுந்த வீரத்தோடும் அவர்கள் சுழன்று சுழன்று சண்டையிடுவது விந்தையான உண்மை.

இராணுவத்தைப் பொருத்தவரை பல பிரிவுகளாகக் காணப் பட்டன. தரைப்படை, குதிரைப்படை, தேர்ப்படை, யானைப்படை என்ற பல பிரிவுகள்.

குதிரைப் படையில் ஒரு லட்சத்திற்கும் மேற்பட்ட குதிரைகள் இருந்தன. அதேபோல யானைப் படையில் 60 ஆயிரத்திற்கும் மேற்பட்ட யானைகள் இருந்தன.

யானைப்படை மிகவும் கம்பீரமாகக் காட்சியளித்தது. அங்கிகள் போர்த்தப்பட்டு அலங்காரமாகக் காட்சியளித்த யானைகளின் தும்பிக்கைகளும் அங்கி போர்த்தி பளபளப்பாகக் காட்சியளித்தன.

முன்னே செல்லும் யானையின் மீது படைத் தளபதி கம்பீரமாக அமர்ந்து சிப்பாய்களை வழிநடத்திச் செல்வார்.

அதிகாரி நான்கு குதிரைகள் பூட்டப்பட்ட சாரட் வண்டியில் போர் முனைக்கு வருவார். இருபுறமும் காவலர்கள் அணிவகுத்துச் செல்வது காணக் கண்கொள்ளாக் காட்சியாகும்.

காலாட்படையினர் வாள், ஈட்டி, பட்டாக்கத்தி போன்றவற்றை ஒரு கையிலும், எதிரியின் ஆயுதத்தில் இருந்து

தற்காத்துக் கொள்வதற்காக கேடயம் ஒன்றினை மறு கையிலும் வீரத்தோடு பிடித்தவாறு மெல்ல மெல்ல முன்னேறிச் சென்று எல்லைக் கோட்டைத் தாண்டுவார்கள்.

காலாட்படை வீரர்கள் அனைத்துக் கலைகளிலும் சிறப்பான தேர்ச்சி பெற்றவர்களாக இருந்தனர்.

சமூகம் / சட்டம்

அவர்கள் முழுக்க முழுக்க தார்மீகத்தின் அடிப்படையில், எந்தவித அவசர அவசரமான முடிவையும் எடுத்துவிடாமல் கவனமான சட்ட அணுகுமுறையைக் கொண்டிருந்தனர்.

எந்தவொன்றிலும் தவறான முடிவை எடுப்பதே இல்லை. இதனால் நேர்மையும் சத்தியமும் அங்கே கரைபுரண்டோடியது. எந்தவொரு ஏமாற்று வித்தைகளையும் அவர்கள் எந்தச் சமயத்தி லும் ஊக்குவிப்பதே இல்லை. தமது பதவியின் முக்கியத்துவத்தை உணர்ந்து அந்தக் கடமையில் இருந்து இம்மியளவும் அவர்கள் விலகுவதே கிடையாது.

அரசாங்கம் அநியாயத்திற்கு நேர்மையாகச் செயல்பட்டது. அவர்களது நிர்வாகம் தூய்மைக்கு இலக்கணம் எழுதியது. மக்கள் மகிழ்ச்சியாகவும், நிறைவாகவும் வாழ்ந்தனர். அரசும், மக்களும் ஒருவருக்கொருவர் சகோதர மனப்பான்மையுடன் நடந்து கொண்டனர்.

இதுபோன்ற ஒரு அற்புதமான கட்டமைப்பின் காரணமாக குற்றங்கள் மிகக் குறைவாகவே காணப்பட்டன. குற்றவாளிகளைத் தேடித்தான் கண்டுபிடிக்க வேண்டியிருந்தது.

குற்றச்செயல் புரிந்தவர்களுக்கு வழங்கப்பட்ட தண்டனை காட்டுமிராண்டித்தனமாகவும், மூடநம்பிக்கை கொண்டதுமாக அமைந்திருந்ததாக மனக் குறையுடன் தெரிவிக்கிறார் யுவான் சுவாங்.

குற்றவாளிகளுக்கு ஆயுள் தண்டனை விதிக்கப்பட்டது. ஆனால் எக்காரணம் கொண்டும் அவர்கள் உடல் ரீதியான துன்புறுத்தலுக்கு ஆளாகவே இல்லை என்பது கவனிக்கத்தக்கது.

விடுதலையாகி வந்தாலும் அவர்களை சமுதாயம் ஏற்றுக் கொள்ளாமல் புறக்கணித்தது.

சமூகத் துரோகியாக இருந்தவர்கள், அறநெறிக்கு மாறாக நடந்து கொண்டவர்கள், சட்டத்திற்குப் புறம்பான நடவடிக்கையில்

ஈடுபட்டவர்கள், பண்பற்ற நடத்தை உடையவர்கள் உள்ளிட்ட குற்றச் செயலைச் செய்தவர்களுக்கு வித்தியாசமான கொடிய தண்டனை வழங்கப்பட்டன.

அவர்களின் மூக்கு அறுக்கப்பட்டது.

காது அறுக்கப்பட்டது.

மாறு கை, மாறு கால் வாங்கப்பட்டது.

நாடு கடத்தப்பட்டனர்.

கொடிய மிருகங்கள் உலவும் காட்டில் கொண்டுபோய் விடப்பட்டனர்.

சக்திக்கு மீறிய பணம் அபராதமாக விதிக்கப்பட்டது.

ஒருவன் குற்றவாளிதானா என்பதைக் கண்டறிய அவர்கள் விசித்திரமான, பயங்கரமான, மூடத்தனமான ஒரு விஷயத்தைக் கடைப்பிடித்தார்கள்.

1. தண்ணீரில் மூழ்கடிப்பது.
2. நெருப்பால் சுடுவது.
3. கல்லில் அடிப்பது.
4. நஞ்சு கொடுப்பது.

இந்த நான்குமே ரொம்ப வித்தியாசமாகவும், அறிவற்றதாகவும் இருந்தன.

தண்ணீரில் மூழ்கடிப்பது என்றால் ஒரு கோணிப் பையை எடுத்துக் கொண்டு அதில் குற்றவாளியை வைத்துக் கட்டுவது. அப்புறம் மற்றொரு கோணிப் பையில் குற்றவாளியின் எடைக்கு நிகரான கற்களை வைத்து அந்தக் கோணிப் பையுடன் சேர்த்துக் கட்டுவது.

பின்னர் ஆழம் அதிகமான ஏரி, குளம் போன்றவற்றில் அந்தக் கோணிப் பைகளை மூழ்கடிப்பார்கள். உண்மையாகவே குற்றம் செய்திருந்தால் மூழ்கி இறந்து விடுவான். இல்லையென்றால் அவன் குற்றமற்றவன் என்று விடுவிக்கப்படுவான்.

அடுத்து நெருப்புத் தண்டனை.

இது இன்னும் பயங்கரமானது.

நன்றாக சூடேற்றப்பட்ட ஒரு இரும்புக் கம்பி கொண்டுவரப்

படும். அதில் குற்றவாளி என்று கருதப்படுபவர் அந்தக் கம்பியின் மீது மண்டியிட்டு அவரது கைகளால் அதனைக் கட்டியாகப் பிடிக்க வேண்டும். அதன்பின்னர் கொதியாய்க் கொதிக்கும் அந்தக் கம்பியை அவர் தனது நாவினால் தடவ வேண்டும்.

அவ்வாறு செய்கிறபோது அவர் நிரபராதி என்றால் உடம்பு பொசுங்காமல் அப்படியே இருக்கும். குற்றம் செய்திருந்தால் அவர் அந்த அதிபயங்கர சூட்டில் வெந்து பொசுங்கிவிடுவார்.

இதன்பின்னர் கல்லில் மோதும் தண்டனை.

குற்றவாளி என்று குற்றம்சாட்டப்பட்டவர் உண்மையில் குற்றவாளியா என்பதை அறிந்து கொள்வதற்கு நடத்தப்படும் மூன்றாவது சோதனை இது.

ஒரு மிகப் பெரிய கல் மீது அவரை மோதும்படிச் செய்வார்கள். அப்போது அவருக்குக் காயம் எதுவும் ஏற்படவில்லை என்றால் அவர் குற்றமற்றவர் என்று பொருள். ஒருவேளை பலமான காயம் ஏற்பட்டால் அவர் குற்றவாளி என்று முடிவு செய்யப்படும்.

நான்காவது நஞ்சு கொடுப்பது.

குற்றம் சாட்டப்பட்டவரின் வலது குதிகாலில் சிறிதாக வெட்டி எடுக்கப்படும். கொடிய விஷம் அந்தக் காயத்தின் வழியாகச் செலுத்தப்படும்.

நஞ்சு அவர் உடம்பிற்குள் நுழைந்தும் அவர் உயிர் பிழைத்துக் கொண்டால் அவரைக் குற்றமற்றவர் என்பர். இல்லை என்றால் அவர் குற்றவாளி என்று தீர்மானித்துவிடுவர்

இப்படித்தான் இந்தியர்களின் சட்ட அமைப்பு முறை காணப் பட்டது.

வணக்கம்

ஒருவருக்கொருவர் வணக்கம் சொல்வது என்பது ஒவ்வொரு நாட்டிலும் ஒவ்வொருவிதமாக இருக்கும். இந்தியாவில் வணக்கம் சொல்வதில் ஏழு வகை இருந்தது. அப்படி வணங்கும் முறை தனக்கு விசித்திரமாக இருந்தது என்கிறார் யுவான் சுவாங்.

1. வந்தவர்களை வாயார 'வாங்க.. வாங்க..' என்று வரவேற்பது. அவர்களின் நலம் விசாரிப்பது. அவர்களைப் பற்றியும் அவர்களது உறவினர்களைப் பற்றியும் அன்போடு கேட்டறிந்து கொள்வது.

வணக்கம் சொல்லும் முறை

சிகிச்சை

2. தலையைக் குனிந்து விருந்தினர்களை வணங்குவது. இவ்வாறு வணங்குவதில் அன்பு, பரிவு மட்டுமல்லாமல் ஒரு அடக்கமான சுபாவமும் மேலோங்கி இருக்கும்.

3. உடம்பை முடிந்த அளவு சாய்த்துக் கொண்டு தங்கள் கைகளைத் தலைக்கு மேல் குவித்து வணங்குவதும் உண்டு. இது விருந்தினருக்குக் காட்டும் மரியாதையின் மற்றொரு அம்சமாக விளங்குகிறது.

4. தங்களின் மார்புக்கு நேராக இரு கரங்களையும் கொண்டு வந்து, கூப்பி வணங்கி விருந்தினர்களை வரவேற்பதும் உண்டு. இப்படி வணங்கும் முறை இந்தியாவின் பல பகுதிகளிலும் அதிகம் பார்க்க முடிந்தது.

5. உயரிய அந்தஸ்தை உடையவராக இருந்தால் அவருக்கு வணக்கம் தெரிவிக்கும்போது தங்களின் ஒரு முழங்காலை வளைத்து நன்றாக முதுகையும் வளைத்து, குனிந்து வணங்குவர்.

6. ரொம்பவும் பெரிய மனிதர்களாகவோ, ஜமீன் பரம்பரையைச் சார்ந்தவராகவோ இருந்தால் நெடுஞ்சாண் கிடையாகத் தரையில் கவிழ்ந்து விழுந்து இரு கரங்களையும் நீளமாகக் கூப்பி வணக்கம் தெரிவிப்பர்.

7. இரு முழங்கால்களையும் தரையில் ஊன்றி, மண்டியிட்டவாறு தங்கள் கரங்களைத் தலைக்கு மேலாகத் தூக்கியும் வணங்குவது உண்டு.

8. அதேபோல இரு முழங்கால்களையும் தரையில் ஊன்றி மண்டியிட்டு, தங்களின் முதுகை வளைத்து நெற்றி தரையில் படும்படியாக வணங்குவதும் ஒருமுறை.

9. சிரம் தாழ்ந்து வணங்குவது பொதுவாக இந்தியர்களிடம் காணப்படும் ஒரு வகையாக உள்ளது.

இவ்வாறு விருந்தினர்களை வணங்குவதைக்கூட கூர்மையாகக் கவனித்து அதனையும் தனது பயணக் குறிப்பில் பதிவு செய்துள்ளார் யுவான் சுவாங். இப்படி வணக்கம் தெரிவிக்கும் முறைகள் அவருக்கு விசித்திரமாகக்கூட இருந்திருக்கலாம்.

பிணியும் இறப்பும்

நோய்வாய்ப்பட்டால் ஏழு நாட்களுக்கு உணவு எதுவும் வழங்கப்படாமல் பட்டினி போடுகின்றனர். பட்டினியாக இருந்தால் நோய் குணமாகிவிடும் என்பது அவர்களின் நம்பிக்கை.

ஒருவேளை ஒரு வாரம் இவ்வாறு பட்டினி கிடந்தும் நோய் குணமாகவில்லை என்றால்தான் வைத்தியரிடம் செல்கிறார்கள். வைத்தியர் என்றால் நாட்டு மருத்துவர்கள்தான். அவர்கள் பல வகையான மருத்துவத்தில் நிபுணர்களாக இருந்தார்கள்.

என்ன மாதிரியான நோய் பாதிப்பு இருக்கிறது என்பதைக் கையில் நாடி பிடித்துப் பார்த்து அவர்கள் கணித்துவிடுகின்றனர். இது எப்படி சாத்தியம் என்பது பிரமிப்பாகத்தான் இருந்தது.

அந்தந்த நோய்க்கு ஏற்றவாறு மருந்துகளை நோயாளிகளுக்கு அளித்து அவர்களின் நோயைக் குணமாக்குகின்றனர்.

இந்த மருத்துவர்களிடம் இன்னுமொரு நம்பவே முடியாத சக்தி காணப்பட்டது. அதாவது ஒருவருக்கு என்ன நோய் பாதிப்பு வரக்கூடும் என்பதை வருவதற்கு முன்பே உரைக்கும் அபூர்வ சக்தி இருந்தது.

இப்படிப்பட்ட நிபுணத்துவத்தை இந்திய வைத்தியர்கள் கொண்டிருந்தது மிகப் பெரிய வியப்பான உண்மை.

உறவினர்களில் ஒருவர் இறந்துவிட்டால் அந்தத் துக்ககரமான நிகழ்வு எப்படி இருந்தது என்பதை விளக்கியுள்ளார் யுவான்.

ஈமக்கிரியையின்போது ஆண்கள் தங்கள் சட்டைகளைக் கழற்றி எறிந்து விடுகிறார்கள். தங்கள் தலைமுடியை மழித்து மொட்டையடிக்கிறார்கள். புருவத்தையும் மழித்துக் கொள்ளும் அவர்கள் தங்கள் மார்பில் இருகரத்தாலும் அடித்து அழுது புலம்புகின்றனர்.

குறிப்பிட்ட நேரத்தில்தான் துக்கத்தை அனுசரிக்க வேண்டும் என்ற விதிமுறையெல்லாம் அவர்களிடம் இல்லை. அதேபோல துக்க வீட்டிற்குச் செல்லும்போது கருப்பு போன்ற உடையுடன் தான் செல்ல வேண்டும் என்ற வழக்கமும் கிடையாது.

சமாதியில் இறந்த உடலை அடக்கம் செய்வது என்னும் முறை அவர்களிடம் காணக்கிடைக்கவில்லை. உடலை அடக்கம் செய்வதற்கு அவர்கள் மூன்று விதமான முறைகளைக் கடைப் பிடிக்கின்றனர்.

1. தகனம் செய்தல்.

அதாவது சுடுகாட்டிற்கு எடுத்துச் செல்லப்படும் உடலுக்கு சம்பிரதாயப்படி அனைத்தும் செய்து முடித்ததும் விறகுகளை அடுக்கி சிதைக்கு தீ மூட்டி உடலை எரித்து விடுகிறார்கள்.

2. நீரில் புதைத்தல்.

அதாவது இறந்த உடலை ஆறு, நதி போன்ற நீர் நிலைக்கு எடுத்துச் செல்கின்றனர். அங்கு உடலுக்கு இறுதி மரியாதை செலுத்தியபிறகு உடலை அப்படியே நதியில் மூழ்கடித்து விடுகின்றனர். இந்துக்களின் புனித நதியான கங்கையில் இத்தகைய காட்சியை அதிகம் பார்க்கலாம்.

3. காட்டில் விடுதல்.

அதாவது இறந்த உடலை அடர்ந்த, பயங்கர விலங்குகள் உலவிக் கொண்டிருக்கும் காட்டிற்கு எடுத்துச் செல்கின்றனர். பின்னர் அங்கே உடலை விட்டுவிட்டுத் திரும்பி விடுகின்றனர். வனவிலங்குகளுக்கு அந்த உடலை இரையாக அர்ப்பணிக்கின்றனர்.

இவ்வாறு உடல் அடக்கம் நடந்த பிறகு ஆழ்ந்த மௌனமாக வீடு திரும்புவார்கள். குளித்து முடித்து தண்ணீரில் நனைத்த ஈர உடையோடு சென்றாலும், வீட்டிற்குள் நுழைவதற்கு முன்பாகக் கால்களை நன்கு கழுவிய பிறகே நுழைய வேண்டும் என்பது வழக்கம்.

அடக்கம் செய்த பிறகே அவர்கள் உணவருந்துகிறார்கள் என்பதும் வியப்பான தகவல். இறந்த உடல் வீட்டில் இருக்கும் வரை யாரும் சாப்பிடுவதில்லை.

மன்னரோ அல்லது முக்கிய ஊர்த் தலைவரோ இறந்து விட்டால், அதற்குப் பிறகு அந்தப் பொறுப்பை வகிக்க இருப்பவர் தலைமை தாங்கி ஈமக்கிரியைகளை நடத்துவார்.

வயதான காரணத்தால் முடியாமல் சாவின் விளிம்பில் இருப்பவர்கள், தீராத வியாதியால் பீடிக்கப்பட்டு எந்த நேரமும் மரணமடையலாம் என்ற நிலையில் இருப்பவர்கள் போன்றவர் களைத் தனியாகப் பிரித்து வைத்துவிடுகிறார்கள்.

இறக்கப் போகிறவர்கள் என்ற ஒரே காரணத்தால் அவர் ஒதுக்கப்பட்டவர்களாகி விடுகிறார்கள்.

அவர்கள் இறந்ததும் அந்த நிகழ்வை மிகவும் சந்தோஷமாகக் கொண்டாடுகிறார்கள். உறவினர்களும், நண்பர்களும் இணைந்து பிரிவுபசார விழாவை மேள தாளங்கள் முழங்க, பாட்டுப் பாடி, நடனமாடிக் கொண்டாடுகிறார்கள்.

இறந்த உடலை கங்கை நதியின் மையப்பகுதிக்கு எடுத்துச் சென்று நீரில் மிதக்க விடுகின்றனர்.

அவ்வாறு செய்வதால் இறந்தவர் சொர்க்கத்திற்குச் செல்வதாக அவர்கள் நம்புகின்றனர்.

வரி வருமானம்

தனி நபர் பற்றிய புள்ளிவிவரங்களோ அல்லது குடும்பத்தைப் பற்றிய ஆவணங்களோ அரசுக்குத் தேவைப்படவில்லை. மாறாக அரசாங்கத்திற்கு நான்கு விதமான கடமைகள் மட்டும் இருந்தன.

ஒன்று, நாட்டின் பொது அமைப்பிற்குச் சில நலத் திட்டங்களை அமைப்பது. சாலை வசதி உள்ளிட்ட வசதி வாய்ப்பு களை அரசு செய்து கொடுக்க வேண்டியிருந்தது.

இரண்டாவது, பொதுச் சேவையில் ஈடுபட்டவர்களுக்கு மானிய உதவி வழங்க வேண்டி இருந்தது. அதாவது அவர்களுக்கு வழங்க வேண்டிய ஊதியம் இது.

மூன்றாவது, உயர்ந்த அறிவுஜீவுகளைக் கௌரவிப்பதற்காக அவர்களுக்குப் பரிசுகள் வழங்க வேண்டிய கட்டாயம் அரசுக்கு இருந்தது.

கடைசியாக, மதத்தைச் சார்ந்து அரசாங்கம் இயங்கிய காரணத்தால் மத சம்பந்தமான நிறுவனங்கள், கோயில்களுக்கு அரசின் உதவி தேவைப்பட்டது.

இதுபோன்ற சில கடமைகள் மட்டுமே அரசாங்கத்திற்கு இருந்த காரணத்தால் மக்கள் மீதான வரிவிதிப்பும் சுமையாக இல்லாமல் எளிமையாகவே இருந்தது.

அனைத்துத் தரப்பினருக்கும் பரம்பரைச் சொத்துக்கள் இருந்த காரணத்தால் வரி விதிப்பு மிகக் குறைவாகவே இருந்தது. அதே நேரத்தில் மன்னரின் உறவினர்களுக்கு ஏராளமான சலுகைகளும் அளிக்கப்பட்டு வந்தன. அவர்கள் மற்றவர்களைக் காட்டிலும் விளைச்சலில் ஆறில் ஒரு பங்கே வரியாகச் செலுத்தினால் போதுமானதாக இருந்தது.

வணிகம் பெரும்பாலும் பண்டமாற்று முறையில் மட்டுமே நடைபெற்று வந்தது. வேறுவேறு நாடுகளுக்கும் கடல்வழிப் பயணம் சென்று வியாபாரம் செய்து வந்தனர். இவ்வாறான வணிகர்களுக்கு மிகக் குறைந்த இறக்குமதி மற்றும் ஏற்றுமதி வரிகளே விதிக்கப் பட்டன. எனவே அங்குள்ள வணிகர்கள் உற்சாகமாக வியாபாரம் செய்து வந்தனர்.

தங்கம், வெள்ளி, சங்குமணி, சிறிய முத்துக்கள் போன்றவற்றை பண்டமாற்றுப் பொருளாக அவர்கள் பயன்படுத்தினர்.

அரசாங்கத்தில் ஊழியர்களாகப் பணியாற்றியவர்களுக்கு அவர்களின் தகுதிக்கும், பணிக்கும் ஏற்ற வகையில் ஊதியம் வழங்கப்பட்டு வந்தது.

அமைச்சர்கள் மற்றும் அரசப் பதவி வகித்த முக்கிய அதிகாரிகளின் நிலபுலன்கள் பெரும்பாலும் நகரத்தைச் சுற்றிலுமே வழங்கப்பட்டிருந்தது. இதுபோன்ற வாய்ப்புகள் சாதாரண மக்களுக்கு அளிக்கப்படவில்லை.

ஹர்ஷர் ஆட்சிக் காலத்தில் வாணிபம் சீர்குலைந்தே காணப் பட்டது. வணிக மையங்கள் மற்றும் வணிகக் குழுக்கள் குறைந்த எண்ணிக்கையிலேயே காணப்பட்டன.

நாணயங்களின் புழக்கமும் அதிகமாகக் காணப்படவில்லை. கைத்தொழில் மற்றும் வேளாண் துறையும் சுறுசுறுப்பில்லாமல் சோம்பேறித்தனமாக இருந்தன.

பொருட்களுக்கு அதிகமான தேவை இல்லாமல் போனதால் உற்பத்தியும் குறைந்தே இருந்தது.

பொது

இந்தியாவின் ஒவ்வொரு பகுதியிலும் ஒவ்வொரு விதமான தாவரங்கள் காணப்பட்டன.

சில தாவரங்கள் ஒரே மாதிரியாக இருந்தபோதிலும், அதனை வேறுவேறு பெயர்களால் அவர்கள் அழைத்தனர்.

எடுத்துக்காட்டாக பூக்கள், மூலிகைகள், பழங்கள், மரங்கள் என ஒவ்வொன்றும் ஒவ்வொரு பகுதியிலும் வேறுவேறு பெயர்களால் அழைக்கப்பட்ட விநோதம் காணப்பட்டது.

சீனாவில் காணப்படும் கிரீன், ரெட் பர்சிமன்ஸ், ஜுஜுபிஸ், கபித்தா போன்ற பல்வேறு தாவரங்களை இந்தியாவில் பார்க்க முடியவில்லை..

மாறாக பேரிக்காய், இலந்தை, பிளம்ஸ், திராட்சை போன்றவை காஷ்மீரப் பகுதிகளில் நிறையவே பார்க்க முடிந்தது.

மாதுளை, ஆரஞ்சு போன்றவை இந்தியா முழுவதும் நிரம்பக் காணப்பட்டது.

உழவுத் தொழில் சற்றே வித்தியாசமாக இருந்தது. பயிர் செய்யும் விதமும், அறுவடையும் விநோதமாக இருந்ததைப் பார்க்க முடிந்தது.

பயிர் செய்வதற்கு வசதியாக மண்ணைக் கலப்பை அல்லது ஏர் கொண்டு ஆழமாக உழுவதுதான் இவர்களின் முதல் பணி.

அப்புறம் விதைத்தல், நடவுத் தொழில் என்று பல்வேறு கட்டமாக அவர்களின் உழவுத் தொழில் இருந்து வருகிறது.

அந்தந்தப் பருவ நிலைக்கேற்ப பயிர் செய்கின்றனர். பூசணி, பரங்கி போன்றவையும் அங்கே பரவலாகப் பயிரிடப்பட்டன.

அரிசி மற்றும் கோதுமை அதிக அளவில் பயிரிடப்பட்டன. மட்டுமல்லாமல் முலாம் பழம், இஞ்சி, கடுகு, தர்ப்பூசணி போன்றவையும் அதிகமாகப் பயிரிடப்பட்டன.

நறுமணம் தரும் மர வகைகளும் அதிகம் காணப்பட்டன.

வெங்காயம் மற்றும் பூண்டு ஒதுக்கப்பட்ட மூலிகைகளாகவே இருந்தன. அவற்றை ஒருவகை இனத்தவர் தங்கள் உணவில் முற்றிலுமாகத் தவிர்த்து வந்தனர்.

பால், நெய், வெல்லம், கற்கண்டு, கேக், வறுத்த கோதுமை போன்றவற்றை அதிகமாகப் பயன்படுத்தி வந்தனர்.

கடுகு எண்ணை முக்கிய உணவுப் பொருளாக விளங்கியது.

மீன், இறைச்சி, வேட்டை விலங்குகள் போன்ற உணவுகளை அவ்வப்போது மட்டுமே உண்டு வந்தனர்.

மாடு, கழுதை, யானை, குதிரை, பன்றி, நாய், நரி, ஓநாய், குரங்கு போன்ற இறைச்சிகளைச் சாப்பிடுபவர்கள் தாழ்த்தப்பட்ட இனத்தவர்களாகக் கருதி அவர்களைச் சமுதாயத்தில் ஒதுக்கி வைத்திருந்தனர்.

திராட்சைப் பழத்தில் இருந்தும், கரும்பில் இருந்தும் தயாரிக்கப்படும் மதுவகைகள் சத்திரியக் குலத்தைச் சேர்ந்தவர்கள் மட்டுமே அருந்தத்தக்கதாக அமைந்திருந்தது.

நன்றாகக் காய்ச்சப்பட்ட சாராயத்தை வைசியர்கள் அருந்தினர்.

புத்தத் துறவிகளும், பிராமணர்களும் புளிக்க வைக்காத திராட்சை ரசத்தையும், கரும்புச் சாற்றையும் பருகினர்.

ஒதுக்கப்பட்ட, தாழ்த்தப்பட்ட மக்கள் போதை தரும் பானங்களையும், புளித்த கள்ளையும் குடித்துவிட்டு, களியாட்டம் போட்டனர்.

மது அருந்துவது தவறான பழக்கம் என்றும், ஒழுக்கக்கேடு என்றும் பொதுவாக அனைவருமே நினைத்தனர்.

மது அருந்துவது மற்றவர்களுக்குத் தெரியாமல் இரகசியமாகவும் செய்து வந்தனர். வெளியே தெரிந்தால் கேவலம் என்ற எண்ணமும் இருந்தது.

சமையல் பற்றியும் ஆச்சரியமாகத் தெரிவித்துள்ளார் யுவான் சுவாங்.

சீனாவில் பெரிய அடுப்புகளில் பெரிய பெரிய பாத்திரங் களைப் பயன்படுத்தி சமைப்பது வழக்கம். ஆனால் இந்தியாவில் அவ்வாறு இல்லாமல் சிறிய அளவிலான பாத்திரங்களையே பயன்படுத்துகின்றனர்.

பாத்திரங்கள் பெரும்பாலும் மண் பாத்திரங்களாகவே இருக்கின்றன. ஒருசிலர் மட்டும் பித்தளைப் பாத்திரங்களைப் பயன் படுத்துகின்றனர்.

ஒரே பாத்திரத்திலேயே தேவையான காய்கறிகள் மற்றும் மசாலாப் பொருட்களையிட்டு சமைக்கின்றனர்.

உணவுப் பொருட்களைத் தங்கள் கையாலேயே எடுத்து உண்கின்றனர்.

சீனர்களைப்போல கரண்டியோ, குச்சியோ பயன்படுத்தாதது அவருக்கு ஆச்சரியமாக இருந்தது.

தங்கம், வெள்ளி, தாமிரம் மட்டுமல்லாமல் பீங்கான் பாத்திரங் களையும் சிலர் பயன்படுத்துகின்றனர்.

ஹர்ஷர்

தற்போது அலகாபாத் என்று அழைக்கப்படும் பிரயாகை என்னும் இடத்தில் மாநாடு ஒன்று நடைபெற்றதாகக் குறிப்பிட்டுள்ளார் யுவான் சுவாங்.

அன்றைய காலக்கட்டத்தில் ஐந்தாண்டுகளுக்கு ஒருமுறை ஹர்ஷர் மாநாடு ஒன்றை நடத்துவது வழக்கம். அப்போது சமய வேறுபாடின்றி அனைவருக்கும் ஏராளமான செல்வத்தை மன்னர் வாரி வழங்குவது உண்டு.

இதன்காரணமாக அவரது கருவூலம் ஒரு கட்டத்தில் வறண்டு போனது. வாரி வழங்க எதுவும் இல்லை என்ற நிலை ஏற்பட்டதும், தனது உடைகள், ஆபரணங்கள் உள்ளிட்ட அனைத்தையும் தானமாக வழங்கினார் ஹர்ஷர்.

இந்தச் செய்தியைத் தனது பயணக் குறிப்பில் பதிவு செய்துள்ளார் யுவான் சுவாங்.

ஹர்ஷர் நியாய உணர்வுடனும், நேரம் தவறாமலும் தமது பணிகளை மேற்கொண்டார்.

தனது ஆட்சிக்கு உட்பட்ட பகுதியில் அடிக்கடி சுற்றுப் பயணம் மேற்கொண்டு மேற்பார்வையிட்டார். அவருக்கு ஓய்வுநேரம் மிகவும் அரிதாகவே கிடைத்தது.

ஹர்ஷர் ஆட்சிக் காலத்தில் நடைபெற்ற அனைத்து நிகழ்வுகளும் பதிவு செய்யப்பட்டு வந்தன. இவை 'நிலோபிது' என்று அழைக்கப்பட்ட ஆவணக் காப்பகத்தில் பத்திரமாகப் பாதுகாக்கப்பட்டு வந்தது.

இதனைப் பாதுகாப்பதற்கு என்று சிறப்பு அதிகாரிகள் நியமிக்கப்பட்டனர்.

6

நாளந்தா பல்கலைக் கழகம்

இந்தியாவில் இன்று இருக்கும் பல்கலைக் கழகங்களை எண்ணி முடியாது. ஆனாலும் நமது மக்களுக்கு வெளிநாட்டுப் பல்கலைக் கழகங்களின் மீதுதான் அதிக மோகம். ஹார்வர்டு, கேம்பிரிட்ஜ் போன்ற பல்கலைக் கழகங்களில் படித்துப் பட்டம் பெற்றால் அதற்கான மரியாதையே வேறுதான்.

ஆனால் உலகம் முழுவதும் பல்கலைக் கழகம் என்றால் என்னவென்று கேட்ட காலக்கட்டத்தில் முதன்முதலாகப் பல்கலைக் கழகம் தொடங்கப்பட்டது நம் பாரதத் திருநாட்டில் என்றால் அது நிஜமோ நிஜம்.

பாடலிபுத்திரத்தில் இருந்து 55 கி.மீ. தொலைவில் நாளந்தா அமைந்துள்ளது. நாளந்தா என்றால் 'குறைவற்ற கொடை' என்று பொருள்.

நாளந்தா பல்கலைக் கழகம் கி.பி. 5ஆம் நூற்றாண்டில் குப்தர்களின் காலத்தில் தொடங்கப்பட்டது. இது மகாயான புத்த மதக் கோட்பாடுகளைக் கற்றுத் தரும் கல்வி நிலையமாகத் திகழ்ந்தது.

துருக்கியர்களின் படையெடுப்பிற்குப் பின்னர் கி.பி. 1193ஆம் ஆண்டில் இந்தப் பல்கலைக் கழகம் முற்றிலுமாக அழிக்கப்பட்டது.

இங்குதான் சீனப் பயணி யுவான் சுவாங் புத்த மதத்தைப் பற்றிய தனது ஆய்வை நான்கு ஆண்டுகளுக்கும் மேலாகத் தொடர்ந்தார். எனினும் மகாயான புத்த மதத்தைப் பற்றிய தனது படிப்பு மற்றும் ஆய்வை பன்னிரெண்டு ஆண்டுகள் நாளந்தா பல்கலைக் கழகத்திலேயே அவர் தொடர்ந்தார்.

இவர் நாளந்தா மகாவிகாரில் கி.பி. 637 முதல் 639ஆம் ஆண்டு வரை பயின்றார்.

திலடகாவில் இரண்டு மாதங்கள் பயின்றார்.

யாஸ்டிவனாவில் இரண்டு ஆண்டுகளுக்கும் மேலாகப் பயின்ற யுவான், மொத்தம் நான்கு ஆண்டுகளுக்கும் அதிகமாகப் பயின்றதாக வரலாற்றுச் சுவடுகள் தெரிவிக்கின்றன.

பீகார் மாநிலத்தின் தலைநகர் பாட்னாவில் இருந்து சரியாக 98 கி.மீ. தொலைவில் அமைந்துள்ளது நாளந்தா மகாவிகார்.

‘இந்தியத் துணைக் கண்டத்தில் தொடங்கப்பட்ட முதல் பல்கலைக் கழகம் என்று இதைப் பற்றி யுனெஸ்கோ இணைய தளத்தில் குறிப்பிடப்பட்டுள்ளது. வரலாற்றுச் சிறப்புமிக்க இந்த இடம் புத்த மதத்தின் வளர்ச்சிக்குப் பெரிதும் துணை நின்றது. இந்தியாவில், புத்த கயாவில் உள்ள மகாபோதி ஆலயத்திற்குப் பின்னர் இரண்டாவது பாரம்பரியமிக்க இடமாக நாளந்தா பல்கலைக் கழகம் விளங்குகிறது’ என்கிறது யுனெஸ்கோவின் இணைய தளம்.

திலடகா மிகப் பிரம்மாண்டமான கட்டடத்தில் அமைந்திருந்தது. நான்கு மிகப் பெரிய ஹால்கள். மூன்று பெரிய மேடைகள். மிகப் பெரிய கோபுரங்கள். ஒவ்வொன்றிலும் இரண்டு வலுவான கதவுகள். அவை உட்புறமாகத் திறக்கும் விதத்தில் அமைக்கப்பட்டிருந்தன.

மன்னர் பிம்பிசாரர் இதனைக் கட்டினார். இந்த மன்னர் அதி புத்திசாலியாகவும், பக்திமானாகவும் திகழ்ந்தவர்.

நாட்டின் பல்வேறு பகுதிகளில் இருந்து மட்டுமன்றி வேறு நாடுகளில் இருந்தும் நிறைய பேர் இங்கு வந்து பயின்றனர். ஆயிரம் துறவிகள் வரை இங்கு பயின்று வந்தனர்.

மகதப் பேரரசு காலக்கட்டத்தில் மிகப் பெரிய தோப்பில் அமைந்திருந்தது யாஸ்டிவனா. இங்கும் ஆயிரத்துக்கும் மேற்பட்ட துறவிகள் பயின்று வந்தனர். துறவிகள் அனைவருமே மழித்த தலையுடன் காட்சியளித்தனர்.

இதே காலக்கட்டத்தில் காஞ்சிபுரத்திலும் பல்கலைக் கழகம் ஒன்று இயங்கி வந்தது குறிப்பிடத்தக்கது. எனினும் நாளந்தா பல்கலைக் கழகத்தைப் போன்று காஞ்சிபுரம் பல்கலைக் கழகம் வரலாற்றுக் குறிப்புகளில் அழுத்தமாகப் பதிவு செய்யப்படாமல் போனது துரதிர்ஷ்டமே.

நாளந்தா பல்கலைக் கழகத்தில் சேர்ந்து படிப்பதற்குத் தொலை தூர நாடுகளில் உள்ள பலரும் ஆர்வமாக இருந்தனர்.

கி.பி. 5ஆம் நூற்றாண்டில் குப்தப் பேரரசர் சக்ராதித்யா என்பவரால் தொடங்கப்பட்டது நாளந்தா பல்கலைக் கழகம். ஆயிரத்து 400 ஏக்கர் பரப்பளவில் அமைந்த இதன் கட்டடம் இன்றைய கட்டடக் கலைஞர்கள் வியக்கும் வண்ணம் பிரம்மாண்ட மாக அமைந்திருந்தது.

நாளந்தா பல்கலைக் கழகத்தின் கட்டடக்கலை தனித்துவம் வாய்ந்ததாக அறியப்படுகிறது. சுண்ணாம்பு, வெல்லம், வில்வப் பழம், உளுத்தம் பருப்பு ஆகியவற்றைப் பயன்படுத்தி செங்கலால் கட்டப் பட்டது.

இங்குள்ள சுவர்கள் மூன்று முதல் பன்னிரெண்டு அடி அகலம் வரை இருந்தன.

நான்கு நுழைவாயில்கள் அமைந்திருந்தன. பலத்த பாதுகாப்பு இருந்த காரணத்தால் காவலர்கள் அனுமதித்தால் மட்டுமே யாரும் உள்ளே செல்ல முடியும்.

எட்டு மண்டபங்களும் முன்னூறுக்கும் மேற்பட்ட தங்கும் இடங்களும் இருந்தன.

ஒன்பது மாடிகளைக் கொண்டிருந்த இங்கு பதினோரு விடுதிகள் காணப்பட்டன. அங்கு மட்டும் 11 ஆயிரத்து 500 அறைகள் இருந்தன. அனைத்தும் தனித்தனியாகப் பிரிந்து போய்க் கிடக்காமல் ஒன்றோடொன்று இணைக்கப்பட்டிருந்தன.

இங்கு மாணவர்களுக்கு சுவையான, சுத்தமான உணவு வழங்கப்பட்டது. அனைத்திலும் கழிப்பறை மற்றும் குளியலறை வசதிகள் செய்து தரப்பட்டிருந்தன.

பத்தாயிரம் மாணவர்கள் தங்கிப் படிக்கக்கூடிய அளவில் அவை அமைந்திருந்தன. ஒரு அறையில் முப்பது மாணவர்கள் படிக்கிற அளவிற்கு நல்ல வெளிச்சமும், காற்றோட்டமும் கூடிய வகையில் வகுப்பறைகள் அமைந்திருந்தன.

பத்து கோயில்கள், தியான மண்டபங்கள் என்று மிகப் பிரம்மாண்டமாகக் காட்சியளித்தது அந்த வளாகம்.

எட்டு அடி உயரத்தாலான செம்பினால் உருவாக்கப்பட்ட மிகப் பெரிய புத்தர் சிலை அங்கு அமைக்கப்பட்டிருந்தது.

வானுயர அமைந்திருந்த கோபுரங்கள் பனிப்படலங்களை உரசுகிற அளவிற்கு இருந்ததாக யுவான் சுவாங் தனது பயணக் குறிப்பில் தெரிவித்துள்ளார்.

சீர்மிகு பல்கலைக் கழகமான இங்கு புத்தமதக் கோட்பாடுகள், புத்த பிரானின் தத்துவம் மற்றும் இலக்கியம், கணிதம், மருத்துவம், வானசாஸ்திரம், மனோதத்துவம் உட்பட 18 வகையான பாடங்கள் இடம்பெற்றிருந்தன.

பத்தாயிரம் மாணவர்களுக்குக் கற்றுக் கொடுப்பதற்காக இரண்டாயிரம் ஆசிரியர்கள் நியமிக்கப்பட்டிருந்தனர்.

மாணவர்கள் கற்பதற்காக இங்குள்ள மூன்று மாடிகளில் நூலகம் அமைந்திருந்தது. அங்கு லட்சக்கணக்கான ஓலைச் சுவடிகள் இருந்தன.

பல்கலைக் கழகத்திற்கு வெளிப்புறத்தில் மிகப் பெரிய ஏரியும், பூங்காக்களும் அமைந்து படிப்பதற்கு ஏற்ற அருமையான சூழலைத் தந்தன.

யுவான் சுவாங் இரண்டு ஆண்டுகள் இங்கு தங்கிப் படித்து தனது தாய் நாட்டிற்குத் திரும்பும்போது 600 நூல்களைத் தன்னுடன் எடுத்துச் சென்றார்.

ஆரம்ப நாட்களில் இந்த இடம் மிகப் பெரிய மாந்தோப்பாக இருந்தது. அந்த இடத்தை ஐநூறு வணிகர்கள் பத்து கோடி தங்க நாணயங்கள் கொடுத்து விலைக்கு வாங்கி புத்த பிரானுக்குத் தானமாக வழங்கினர்.

நாளந்தா பல்கலைக் கழகம்

நாளந்தாவில் அசோக ஸ்தூபி

மாலை நேரக் கல்லூரிகள் அண்மைக் காலத்தில் தோன்றி யதை நாமறிவோம். ஆனால் நாளந்தா பல்கலைக் கழகக் காலக் கட்டத்தில் அவ்வாறு இருந்தது என்பது நமக்கு வியப்பைத் தருகிறது.

'இங்கு பகல் வேளைகளில் மட்டுமல்லாமல் இரவு நேரத்தி லும் வகுப்புகள் நடத்தப்பட்டன' என்று எழுதி வைத்துள்ளார் யுவான் சுவாங்.

மட்டுமல்லாமல் இன்னும் நிறைய தகவல்களையும் யுவான் பதிவு செய்துள்ளார்.

இந்தியர்கள் மட்டுமல்லாமல் சீனா, கொரியா, ரஷ்யா, திபெத், ஜப்பான், துருக்கி, கிரேக்கம் என்று பல வெளிநாட்டைச் சேர்ந்த மாணவர்களும் கல்வி பயின்றனர்.

இங்குள்ள பேராசிரியர்கள் 'பண்டிதர்கள்' என்றே அழைக்கப் பட்டனர்.

திங்கநாதர், தர்மபாலர், சந்திரபாலர், பிராசுமித்ரர், ஜீன மித்ரர், ஞானசங்கீரர், சீலாகார், ஸ்திரமதி போன்ற புகழ்பெற்ற பேராசிரியர்கள் அங்கு பணிபுரிந்தனர். தர்மபாலர் நாளந்தா பல்கலைக் கழகத்தின் தலைவராகவும் பதவி வகித்துள்ளார்.

3 ஆயிரத்துக்கும் மேற்பட்ட பணியாளர்கள் இருந்த நாளந்தா பல்கலைக் கழகத்தில் நூற்றுக்கும் மேற்பட்ட வகுப்பறைகள் இருந்தன.

பல்கலைக் கழகம் இயங்குவதற்காக இருநூறு கிராமங்களை மன்னர் தானமாக அளித்திருந்தார். அங்கிருந்து கிடைக்கும் வரு வாய் மூலம் பொருளாதாரச் சிக்கல் இல்லாமல் இயங்க முடிந்தது.

ஒவ்வொரு பாடத்திற்கும் ஒவ்வொரு துறை அமைந்திருந்தது. குறிப்பாக இங்கு புத்த மெய்ப் பொருளியல் மற்றும் புத்த தந்திர யோகம் போதிக்கப்பட்டது.

மாணவர்கள் சேர்க்கை என்பது அத்தனை எளிதாக இருக்க வில்லை. பல தகுதித் தேர்வுகள் நடத்தப்பட்ட பிறகே மாணவர்கள் அனுமதிக்கப்பட்டனர். தகுதித் தேர்வுக்கு அழைக்கப்பட்டவர்களில் நூற்றுக்கு இருபது பேர் மட்டுமே கல்வி பயில அனுமதிக்கப் பட்டனர்.

யுவான் சுவாங்கிற்கும் நுழைவுத் தேர்வில் தேர்ச்சி பெற்ற பிறகே பல்கலைக் கழகத்தில் படிப்பதற்கு அனுமதி வழங்கப்பட்டது.

ஒவ்வொரு மாணவரும் குறைந்த பட்சம் ஏழு ஆண்டுகள் படிப்பைத் தொடர்ந்தனர். படிப்பிற்காக மாணவர்களிடம் எந்த விதமான கட்டணமும் வசூலிக்கப்படவில்லை. முற்றிலும் இலவசக் கல்வி.

படிப்பு மட்டுமல்லாமல் தங்கும் இடம், உடை, உணவு, மருத்துவம் அனைத்துமே மாணவர்களுக்கு இலவசமாக வழங்கப் பட்டன.

இது ஒரு மகாயான பல்கலைக் கழகமாக விளங்கியது. என்றாலும் வேதங்கள், ஹீனயானக் கோட்பாடு, சாங்கிய தத்துவம், யோக தத்துவம் போன்ற அனைத்தும் மாணவர்களுக்குப் போதிக்கப்பட்டன.

இங்கு வடமொழியான சமஸ்கிருதம்தான் பயிற்று மொழியாக இருந்தது.

இங்கு விவாதம், கலந்துரையாடல் என்பன மாணவர்களிடம் முக்கியமானதாக இருந்த காரணத்தால்தான் இங்கு பயின்றவர்கள் பெரும்பாலும் அறிவாளிகளாகத் திகழ்ந்தனர்.

தர்மா கஞ்ச் என்ற பெயரில் இயங்கிவந்த நூலகத்தில் இந்து மத புனித நூல்கள், பகுத்தறிவுப் பாடங்கள், உள் மற்றும் வெளி நாட்டுப் பாடங்கள் அனைத்தும் இடம்பெற்றிருந்தன.

யுவான் சுவாங் நான்கு ஆண்டுகள் மட்டுமே இங்கே தங்கிப் படித்ததாக ஒரு குறிப்பில் சொல்லப்பட்டிருந்தாலும், அவர் மொத்தம் பன்னிரெண்டு ஆண்டுகள் இங்கே பயின்றதாகவும் சில குறிப்புகள் மூலம் தெரிந்து கொள்ள முடிகிறது.

கிரேக்க தத்துவஞானி பிளேட்டோ 'அகாடமி' ஒன்றை கி.மு. 345ஆம் ஆண்டில் உருவாக்கினார். அரிஸ்டாட்டில், ஹெராகிளிடஸ், செனொக்ரேட்ஸ் போன்ற பல தத்துவஞானிகள் அங்கு உருவாகினர்.

ஆனாலும் அந்த அகாடமி கிரேக்க தேசத்திற்குள்ளேதான் சிந்தனையாளர்களை உருவாக்கியது.

நாளந்தா பல்கலைக் கழகத்திலும் யுவான் சுவாங், வசுபந்து, நாகார்ஜுனா, ஹர்ஷவர்த்தர், பத்மசம்பவா போன்ற மாமேதைகள் பலர் உருவாகினர். ஆனால் நாளந்தா பல்கலைக் கழகம் ஒரு குறிப்பிட்ட எல்லையோடு சுருங்கிவிடாமல் உலகம் முழுவதிலும் பல அறிஞர்களை உருவாக்கியது.

நூற்றுக்கணக்கான பௌத்த சூத்திரங்களை உருவாக்கினார் யுவான் சுவாங்.

திபெத் நாட்டில் பௌத்த மதத்தைக் கட்டமைத்த பெருமை பத்மசம்பவாவைச் சேரும்.

மாத்யமிகா என்னும் பௌத்த தத்துவத்தை அருளினார் ஆந்திராவைச் சேர்ந்த நாகார்ஜுனா.

இவர்கள் அனைவரும் நாளந்தா பல்கலைக் கழகத்தில் பயின்ற மாணவர்கள்.

யுவான் சுவாங் இங்கு இந்தியக் கணிதத்தைப் படிக்கவில்லை என்பது குறிப்பிடத்தக்கது.

இங்குள்ள நிலத்தில் மாணவர்களே பயிர் செய்தனர். காய்கறிச் செடிகள் வளர்த்தனர். மாடுகள் வளர்த்தனர்.

தங்கள் உணவுத் தேவை அனைத்தையும் அவர்களே உருவாக்கிக் கொண்டனர்.

இங்கு மாணவராகக் கல்வி பயின்றதோடு யுவான் சுவாங் முடித்துக் கொள்ளாமல் இங்கு ஆசிரியராகவும் பணியாற்றி மாணவர்களுக்கு புத்தமதக் கோட்பாடுகளைக் கற்றுத் தந்தார்.

நாளந்தா பல்கலைக் கழகம் மொத்தம் மூன்று முறை எதிரிகளின் படையெடுப்புக்கு உள்ளாகி இருக்கிறது.

மிகிரகுலா என்னும் மன்னரால் முதன்முதலாகப் பல்கலைக் கழகம் சேதமாக்கப்பட்டது.

கி.மு. 455 முதல் 467ஆம் ஆண்டு வரை ஆட்சி செய்த ஸ்கந்த குப்த மன்னர் காலத்தில் பழுது பார்க்கப்பட்டு நன்கு சீரமைக்கப்பட்டது.

பின்னர் 7ஆம் நூற்றாண்டில் கவுடர்கள் பயங்கரமானத் தாக்குதலைத் தொடுத்தனர். அப்போதும் நாளந்தா குறிவைத்து சேதப்படுத்தப்பட்டது. இதனை ஹர்ஷவர்த்தர் சரிசெய்து நாளந்தாவை மீட்டெடுத்தார்.

கடைசி முறையான தாக்குதல்தான் மிக மோசமானதாக இருந்தது.

கி.பி. 1193ஆம் ஆண்டு துருக்கி மன்னர் முகமது பின் பக்தியார் கில்ஜி நடத்திய தாக்குதலில் பல்கலைக் கழகம் முற்றிலுமாகத் தகர்க்கப்பட்டது. மொத்தமாகத் தரைமட்டமாகியது.

அங்கு மூன்று மாடிகளில் அமைந்திருந்த நூலகத்தில் இருந்த பல்லாயிரக்கணக்கான நூல்கள் நெருப்பிட்டுக் கொளுத்தப்பட்டன.

இந்த நெருப்பு மூன்று மாதங்கள் வரைக் கொழுந்துவிட்டு எரிந்ததாகச் சொல்கிறார் பெர்சிய வரலாற்று அறிஞர் மின்காஜ் இ சிராஜ் என்பவர்.

இக்கொடிய தாக்குதலின்போது நூல்களை மட்டும் தீயிட்டுக் கொளுத்தாமல், அங்கிருந்த ஆயிரக்கணக்கான புத்த துறவிகளையும் அவர்கள் உயிரோடு நெருப்பிட்டுக் கொளுத்தினார்.

மட்டுமல்லாமல் நூற்றுக்கணக்கான புத்த துறவிகளைக் கைது செய்து அவர்களின் தலைகளைத் துண்டித்த கொடூரமும் அப்போது அரங்கேறியது.

இத்தனைக்குப் பிறகும் அந்தப் பல்கலைக் கழகம் முற்றிலுமாக அழிந்து தரைமட்டமாகிவிடாமல் அதன் சிதைபாடுகள் பல நூறு ஆண்டுகள் வரை இருக்கத்தான் செய்தது.

இந்தியாவின் குடியரசுத் தலைவராகப் பதவி வகித்த டாக்டர் அப்துல் கலாமின் வேண்டுகோளை அடுத்து மீண்டும் நாளந்தா பல்கலைக் கழகம் இரண்டாயிரம் ஆண்டுகளில் புதுப்பிக்கப் பட்டது.

7

ஹர்ஷர்

ஆறாம் நூற்றாண்டில் வட இந்தியா முழுமையும் ஆட்சி செய்த குப்தப் பேரரசின் வீழ்ச்சிக்குப் பிறகு அந்தப் பகுதி உடைந்து சின்னாபின்னமாகியது. சிறிய குடியாட்சிகளாகவும், குறுநில மன்னராட்சியாகவும் பிரிந்து போனது.

பிரபாகரவர்த்தனர் தானேஸ்வரத்தின் மன்னர். இவரது ஆட்சி பஞ்சாப், வங்காளம், ஒடிசா, சிந்து கங்கைச் சமவெளி மட்டுமல்லாமல் தெற்கே நர்மதை நதி வரையிலும் இவரது ஆட்சி பரந்து விரிந்திருந்தது..

இவருக்கு இரு மகன்கள். மூத்தவர் ராஜ்யவர்த்தனர். இளையவர் ஹர்ஷவர்த்தனர். இவர்களுக்கு ஒரே சகோதரி. பெயர் ராஜ்யஸ்ரீ. சகோதரியின் மீது இருவருக்குமே பாசம் மிக அதிகம்.

மன்னர் பிரபாகரவர்த்தனரின் மரணத்தையடுத்து அவரது மூத்த குமாரர் ராஜ்யவர்த்தனர் அரசனாக முடிசூடிக்கொண்டார். அப்போது கனோஜ் மன்னர் கிரகவர்மருக்கும், ராஜ்யஸ்ரீக்கும் திருமணம் நடைபெற்றது.

இந்நிலையில் மாளவ தேசத்து மன்னன் தேவகுப்தன் கனோஜ் மீது திடீரென்று படையெடுத்தான். போரில் கிரகவர்மர் கொல்லப் பட்டார் அத்துடன் அந்நாட்டு ராணி ராஜ்யஸ்ரீயையும் சிறைப்பிடித்துத் தன்னோடு அழைத்துச் சென்றுவிட்டான்.

இதனால் கோபமடைந்த ராஜ்யவர்மன் பெரும் படையோடு மாளவ தேசத்தின் மீது படையெடுத்து வெற்றி பெற்றார்.

இந்நிலையில் கவுட தேசத்து மன்னன் சசாங்கன் ராஜயவர்த்தனரை நட்பு ரீதியாகச் சந்திக்க வந்தான். ஆனால் அவன் தேவகுப்தனோடு இணைந்து மிகப் பெரிய சதித் திட்டம் வகுத்து வந்திருந்ததை ராஜ்யவர்த்தனர் அறிந்திருக்கவில்லை.

நயவஞ்சகமாக ராஜ்யவர்த்தனர் படுகொலை செய்யப்பட்டார்.

ஆக, தானேஸ்வரம் மன்னர் இல்லாத நாடாக மாறியது. இதுபோன்ற இக்கட்டான நிலையில் பெரும் புலவரும், மிகச் சிறந்த மதியூகியுமான பாணபட்டர் என்பவர் தனது அறிவாற்றலைப் பயன்படுத்தினார்.

ஹர்ஷவர்த்தனருக்கு முடிசூட்ட விரும்பினார். ஆனால் அப்போது அவருக்கு வயது வெறும் பதினாறு. அவர் கி.பி. 590 ஆம் ஆண்டுதான் பிறந்தார்.

ஹர்ஷர் தயங்கினார்.

ஆனால் தனது சகோதரனைக் கொன்றவனைப் பழிவாங்க வேண்டியதும், தனது தங்கையை மீட்க வேண்டியதும் ஆன பொறுப்பும், கடமையும் அவருக்கு இருந்தது.

இதனை பாணபட்டர் அவருக்கு நினைவூட்டினார்.

எனவே யோசிக்க ஆரம்பித்தார் ஹர்ஷர். தான் வணங்கும் போதிசத்துவர் அவலோகிதேஸ்வரப் பெருமாள் அனுமதியைப் பெற்றால் மட்டுமே இந்த விஷயத்தில் ஒரு முடிவை எடுக்க வேண்டும் என்று தீர்மானித்தார்.

போதிசத்துவரின் சிலைக்கு முன்பு விரதமிருந்து வணங்கினார். அப்போது அரச பதவியை ஏற்க அனுமதி கிடைத்தது. ஆனால் கூடவே ஒரு நிபந்தனையும் இருந்தது. அதாவது மகாராஜா என்ற

ஹர்ஷர்

சீனாவில் யுவான் சுவாங் சிலை

பட்டத்தைச் சுமக்கக்கூடாது என்றும், அதற்குரிய சிம்மாசனத்தில் அவர் அமரக்கூடாது என்றும் அருள் வழங்கப்பட்டது.

இதனை ஏற்றுக்கொண்டு முடிசூடிக் கொள்ளத் தயாரானார் ஹர்ஷர். மிகவும் எளிய முறையில் அவருக்கு முடிசூட்டப்பட்டது. பின்னர் காமரூபத்தின் மன்னரான பாஸ்கரவர்மாவின் துணையோடு போர் தொடுத்து சசாங்கனை வென்றார்.

அதன்பின்னர் அவரது பாசத்திற்குரிய சகோதரி ராஜ்யஸ்ரீயையும் மீட்டார். இதன்பின்னர் தமது தலைநகரை அவர் கனோஜுக்கு மாற்றிக் கொண்டார்.

ஆக தானேஸ்வரம் கனோஜையும் இணைத்து மாபெரும் சாம்ராஜ்யமாக உருவெடுத்தது.

தானேஸ்வரம் தொன்மையான இந்துக்களின் யாத்திரைத் தலமாகும். இது 51 சக்தி பீடங்களில் ஒன்றாகக் கருதப்படுகிறது. தற்போதைய ஹரியானா மாநிலத்தில் புதிதாக அமைக்கப்பட்ட குருக்ஷேத்ரா என்னும் நகருக்கு அருகே மிகச் சிறிய நகரமாகத் தற்போது காணப்படுகிறது.

தீவிர இந்துவாகவும், சிவ பக்தராகவும் இருந்த ஹர்ஷரை திவாகமித்திரர் என்பவர் புத்த மதத்தைத் தழுவச் செய்தார். திவாகமித்திரர் ஹீனயான புத்தப் பிரிவைச் சேர்ந்தவர் என்பதால் மன்னர் ஹர்ஷரும் ஹீனயானத்தைத்தான் பின்பற்றினார். பின்னர் சீன யாத்ரீகர் யுவான் சுவாங்கைச் சந்தித்த பிறகு மகாயான புத்தப் பிரிவிற்கு மாறிவிட்டார்.

இவர் தொடர்ந்து ஆறு ஆண்டுகள் பெரும் போர்களை நடத்தி எதிரிகள் அனைவரையும் ஒழித்தார். அதன்பிறகு இந்தப் பகுதி முழுவதையும் போரே இல்லாத ஒரு அமைதிப் பிராந்தியமாக மாற்றினார்.

அவலோகிதேஸ்வரரின் நிபந்தனையை ஏற்று கனோஜியின் நிஜமான சிம்மாசனத்தில் அமராமல் ஆட்சி செய்தார் ஹர்ஷர்.

கனோஜை நோக்கி யுவான் சுவாங் பயணித்தபோது மன்னர் ஹர்ஷரைப் பற்றி அவருக்கு இதுபோன்ற தகவல்கள் நிறையவே சொல்லப்பட்டன.

ஒருநாளை மூன்றாகப் பிரித்து காலையில் அரச அலுவல்கள் என்றும், மீதமுள்ள இரு பிரிவிலும் மத அலுவல்களையும் அவர் செய்து வருவதாகக் கூறப்பட்டது.

எனினும் மக்களின் மதச் சுதந்திரத்தில் அவர் தலையிடுவதே இல்லை. நிறைய தர்மங்களைச் செய்து வந்தார். அவரது சகோதரி ராஜ்யஸ்ரீயும் புத்த மதத்தைத் தழுவியதோடு மன்னருக்கு உதவியாக அரச அலுவல்களைக் கவனித்து வருவதாகவும் கூறினர்ர்கள்.

ஐந்து ஆண்டுகளுக்கு ஒருமுறை அரச கருவூலத்தில் இருப்பவற்றை ஏழை எளியவர்களுக்குத் தானமாக வழங்கி வரும் அற்புதத்தைக் கண்டு வியந்து போனார் யுவான் சுவாங்.

கருவூலம் முழுவதும் காலியாகும் வரை அந்த அற்புதமான நிகழ்ச்சி நடக்கும்.

வட இந்தியாவை நாற்பது ஆண்டுகள் வரை ஆட்சி செய்த ஹர்ஷர் காலத்தில், கனோஜ் நகரில் பத்தாயிரத்திற்கும் மேற்பட்ட இரு பிரிவைச் சேர்ந்த புத்த சமயத் துறவிகள் வாழ்ந்து வந்தனர்.

தனது வாழ்நாளில் நர்மதை நதிக்கரையில் சாளுக்கிய மன்னன் இரண்டாம் புலிகேசியிடம் மட்டுமே இவர் தோல்வியைத் தழுவினார்.

இந்தத் தோல்வியைப் போருக்கான முற்றுப்புள்ளியாக எடுத்துக் கொண்டு ஆன்மீக விஷயங்கள் மற்றும் இலக்கியங்களில் கவனம் செலுத்தத் தொடங்கினார் மன்னர் ஹர்ஷர். நாகானந்தம், பிரியதர்ஷிகா, இரத்தினாவலி போன்ற நாடகங்களை அவர் இயற்றியுள்ளார்.

ஹர்ஷரைப் பற்றிய நிறைய குறிப்புகள் பாணபட்டரின் ஹர்ஷ சரிதத்தில் காணக்கிடைக்கிறது. அதேபோல யுவான் சுவாங்கின் பயணக் குறிப்புகளான சியூக்கியிலும் கிடைக்கிறது.

கனோஜ் மற்றும் பிரயாகையில் புத்த மாநாட்டை ஹர்ஷர் கூட்டி விவாதங்கள் நடத்தியுள்ளார். அப்போது நாளந்தா பல்கலைக் கழகத்தில் இருந்தார் சீனப் பயணி யுவான் சுவாங். இவர் சுவான் சாங் என்றும் அழைக்கப் பட்டார். அப்போதுதான் கனோஜ் நகரைத் தலைநகராகக் கொண்டு ஆட்சி புரிந்துவந்த மன்னர் ஹர்ஷரை அவர் சந்திக்கும் வாய்ப்பு கிடைத்தது.

கனோஜில் நடைபெற இருந்த புகழ்பெற்ற புத்த மத மாநாட்டிற்கு வருமாறு யுவான் சுவானுக்கு அப்போது ஹர்ஷர் அழைப்புவிடுத்தார்

இதனையடுத்து கி.பி. 643ஆம் ஆண்டு கனோஜில் நடைபெற்ற புத்த மாநாட்டிற்கு யுவான் சுவாங் தலைமையேற்று நடத்தினார்.

மாநாட்டில் மிகப் பெரிய புத்தர் சிலை ஒன்று ஊர்வலமாக எடுத்துச் செல்லப்பட்டது. இச்சிலை முழுவதும் தங்கத்தால் செய்யப்பட்டது என்பது குறிப்பிடத்தக்கது.

முதலில் ஹர்ஷர் அச்சிலையை வணங்கினார். பின்னர் அமைச்சர்கள், அதிகாரிகள், சபையில் திரண்டிருந்தோர் என்று அனைவரும் வணங்கினர்.

மாநாட்டில் பங்கேற்ற புத்த துறவிகள் அனைவருக்கும் அன்பளிப்புகள் செழிப்பாகவே வழங்கப்பட்டன.

அனைத்து மத அறிஞர்களும் பங்கேற்ற இந்த மாநாட்டில் யுவான் சுவாங் மிகச் சிறப்பாகத் தனது கருத்துக்களை வெளிப்படுத்தினார். அவரது அறிவாற்றலைக் கண்டு அனைவருமே எழுந்து நின்று பாராட்டுக்களைத் தெரிவித்தனர்.

கடைசியாக நிறைவுரை நிகழ்த்திய மன்னர் ஹர்ஷர், “சூரிய ஒளிக்கு முன்னால் மின்மினிப் பூச்சிகளின் வெளிச்சம் மறைந்து போவதைப்போல யுவான் சுவாங்கின் உரையும், வாதமும் இருந்தது” என்று பாராட்டிப் பேசினார்.

அத்துடன் நில்லாமல் தனது யானையில் யுவான் சுவாங்கை அமரச் செய்து ஊர்வலமாக அழைத்துவந்து பெருமைப்படுத்தினார் ஹர்ஷர்.

இந்த மாநாட்டிற்குப் பிறகு தாய்நாடு திரும்புவதற்குத் தயாரானார் யுவான். ஆனால் ஐந்தாண்டுகளுக்கு ஒருமுறை நடைபெறும் புத்த மத மாநாடு, அடுத்து பிரயாகையில் நடைபெற இருப்பதாகவும், அதிலும் யுவான் நிச்சயமாகக் கலந்துகொள்ள வேண்டும் என்றும் ஹர்ஷர் அழைப்பு விடுத்தார்.

எனவே நாடு திரும்பும் தனது பயணத்தை அவர் ஒத்தி வைத்தார். அடுத்த ஐந்தாம் ஆண்டு பிரயாகையில் ஆறாவது புத்த மாநாட்டிலும் அவர் கலந்து கொண்டார்.

மாநாட்டில் லட்சக்கணக்கான மக்கள் திரண்டனர். மன்னரிடம் தானம் பெறுவதற்காகவே பிரயாகையில் பெருந்திரள் காத்திருந்தது. தங்கம், வெள்ளி, ஆடைகள் என்று மக்களுக்கு மன்னர் வாரி வழங்கினார்.

வழிபாடு நடைபெற்ற பின்னர் தங்கத்தாலான புத்த சிலை முதல் நாள் மாநாட்டின்போது ஊர்வலமாக எடுத்துச் செல்லப் பட்டது.

அடுத்த நாள் சூரிய பகவான் சிலை ஊர்வலமாகக் கொண்டு செல்லப்பட்டது.

அதற்கு அடுத்த நாள் சிவபெருமானின் சிலை ஊர்வலமாக எடுத்துச் செல்லப்பட்டது.

இவ்வாறு மாநாடு நடந்த 75 நாட்களும் 75 விதமான ஊர்வலம் நடைபெற்றது. அதேபோல 75 நாட்களும் மக்களுக்கு தானம் தாராளமாக வழங்கப்பட்டது.

அப்படியே யுவான் சுவாங்கிற்கும் மன்னர் தானமாக ஆயிரம் பொற்காசுகளை வழங்கினார்.

ஆனால் அதைத் தொடக்கூட மறுத்துவிட்டார் அவர். “நான் அறிவைத் தேடியே இந்தியா வந்தேன். தங்கம் எனக்கு வேண்டாம்” என்று கூறி மறுத்துவிட்டார்.

மாநாடு முடிவடைந்ததும் புத்த மதம் தொடர்பான பல அறிவுக் களஞ்சியங்களுடன் இந்தியாவில் இருந்து தனது தாய் நாடான சீனாவிற்குத் திரும்பத் தீர்மானித்தார் யுவான் சுவாங்.

தங்கத்தாலான இரண்டு புத்த பகவானின் சிலைகள், வெள்ளியிலான ஒரு புத்தர் சிலை, சந்தனக் கட்டையில் தயாரிக்கப் பட்ட ஒரு புத்தர் சிலை, 150 சின்னங்கள், 657 நூல்கள் ஆகியவற்றைச் சேகரித்து வைத்திருந்தார்.

இவற்றைத் தனது நாட்டிற்குச் சுமந்து செல்வதற்கு யுவான் சுவானுக்கு 22 குதிரைகள் தேவைப்பட்டன. அவை அனைத்தையும் ஹர்ஷர் அவருக்கு வழங்கியது குறிப்பிடத்தக்கது.

ஹர்ஷரின் பேரவைக்கு கி.பி. 643ஆம் ஆண்டு யுவான் சுவாங் வந்ததாகக் குறிப்பில் உள்ளது.

சீக்கிய அரசனான இரண்டாம் புலிகேசியின் அவைக்கு அவர் சென்றது கி.பி. 641ஆம் ஆண்டில்.

தனது ஆட்சிக் காலத்தின் இறுதிக் கட்டத்தில் சீனப் பயணி யுவான் சுவாங்கை கௌரவிக்க விரும்பினார் ஹர்ஷர். அதற்காக கனோஜ் நகரில் ஒரு சமயப் பேரவையைக் கூட்டினார். அனைத்து சமயத்தைச் சேர்ந்த பிரதிநிதிகளுக்கும் அழைப்பு விடுத்தார்.

இந்த அழைப்பை ஏற்று இருபது நாட்டு மன்னர்கள் இந்தப் பேரவைக் கூட்டத்தில் கலந்துகொண்டனர். நாளந்தா பல்கலைக் கழகத்தில் உள்ள ஆயிரம் அறிஞர்கள் மட்டுமல்லாமல் 3 ஆயிரம்

சீனா திரும்புகிறார் யுவான்

ஹீனயான, மகாயானப் பிரிவைச் சேர்ந்தவர்களும் இக்கூட்டத்தில் பங்கேற்றனர். மேலும் 3 ஆயிரம் சமண மற்றும் இந்து சமயத்தைச் சேர்ந்தவர்களும் பேரவையில் கலந்துகொண்டனர்.

தொடர்ந்து 23 நாட்கள் பேரவைக் கூட்டம் நடைபெற்றது. மகாயான கோட்பாட்டின் மதிப்பு பிற கோட்பாடுகளைவிட மிக உயர்ந்தது என்பதைத் துல்லியமாகவும் விரிவாகவும் விளக்கி உரையாற்றினார் யுவான் சுவாங்.

ஆனாலும் அந்தப் பேரவைக் கூட்டத்திற்கு எதிர்ப்பும் வலுவாக இருந்தது. அப்போது நிகழ்ந்த வன்முறைச் செயல்களை அடுத்து மாநாட்டுப் பந்தலுக்குத் தீ வைக்கப்பட்டது. மாமன்னர் ஹர்ஷரின் உயிருக்கே ஆபத்து ஏற்பட்டது.

இவ்வாறு ஒரு பதற்றமான நிலை காரணமாகப் பேரவை நடவடிக்கைகள் பாழாகின. எனினும் அரசு இயந்திரம் விரைந்து செயல்பட்டது. பதற்றமான சூழல் விரைவாகக் கட்டுக்குள் கொண்டு வரப்பட்டது. குற்றவாளிகள் தண்டிக்கப்பட்டனர்.

குறிப்பிட்டதைப்போல பேரவை நிகழ்ச்சிகள் 23 நாட்களும் நடந்தேறியது. கடைசி நாளன்று யுவான் சுவாங்கிற்கு விலை மதிப்பற்ற பரிசுப் பொருட்களை மன்னர் ஹர்ஷரும், மற்றவர்களும் அன்போடு வழங்கினர்.

இவை அனைத்தும் ஹர்ஷரின் பயணக் குறிப்பில் தெளிவாக இடம்பெற்றுள்ளன. அதேபோல அலகாபாத் என்று தற்போது அழைக்கப்படும் பிரயாகையில் நடந்த மாநாடு பற்றியும் யுவான் சுவாங் தனது பயணக் குறிப்பில் குறிப்பிட்டுள்ளார்.

இந்த மாநாடுகள் அனைத்தும் ஐந்து ஆண்டுகளுக்கு ஒருமுறை ஹர்ஷர் கூட்டிய மாநாடுகள்தான். இந்த மாநாட்டில் புத்த மதத்தினர் மட்டுமல்லாமல் அனைத்து மதத்தைச் சேர்ந்த பிரதிநிதிகளும் அழைக்கப்பட்டனர். மாநாட்டில் பங்கேற்ற அனைவருக்கும் ஏராளமான செல்வத்தை மன்னர் ஹர்ஷர் வாரி வாரி வழங்கினார்..

ஒருவேளை அவர்களுக்குச் செல்வம் அளிக்க முடியாத அளவிற்கு கருவூலம் காலியாகிவிட்டால், தனது உடைகள், அணிந்துள்ள அணிகலன்கள் உள்ளிட்டவற்றையும் தானமாக வழங்கி, விருந்தினர்களை மகிழ்ச்சியுறச் செய்தார்.

இவ்வாறு ஹர்ஷ மகாராஜாவைப் பற்றிப் பெரிதும் புகழ்ந்து தள்ளியுள்ளார் யுவான் சுவாங்.

‘பெரும்பாலும் குப்தர்களின் ஆட்சி முறைப்படியே ஹர்ஷரும் தனது ஆட்சியின் செயல்பாட்டை அமைத்துக் கொண்டிருந்தார். நியாயத்தோடும், நேர்மையோடும், நேரம் தவறாமலும் தமது பணிகளை மேற்கொண்டார். தனது ஆட்சிப் பகுதியில் அடிக்கடி சுற்றுப்பயணம் மேற்கொண்டு தனது பணிகளைச் செவ்வனே செய்து வந்தார். ஓய்வு எடுத்துக் கொள்வது என்பது மிக அரிதாகவே இருந்தது’ என்றும் ஹர்ஷரைப் பற்றிக் குறிப்பு எழுதியுள்ளார் யுவான் சுவாங்.

குப்தர்கள் காலத்தைச் சேர்ந்த கலை மற்றும் கட்டடக் கலையைத்தான் ஹர்ஷரும் பின்பற்றினார். நாளந்தாவில் அவர் கட்டிய அடுக்குமாடி மடாலயம் பற்றி யுவான் சுவாங் ரொம்பப் பெருமையுடன் குறிப்பிட்டுள்ளார்.

மேலும் அங்குள்ள எட்டு அடி உயர செம்பினால் செய்யப் பட்ட புத்தர் சிலை பற்றியும் குறிப்பில் எழுதி வைத்துள்ளார். ஹர்ஷர் காலத்தின் சிறந்த கட்டட வேலைப்பாடுகள் என்னும் போது சிர்பூரில் கட்டப்பட்டுள்ள லட்சுமணர் கோயிலைக் குறிப்பிடலாம் என்றும் யுவான் சுவாங் தெரிவித்துள்ளார்.

நாளந்தா பல்கலைக் கழகத்தின் வளர்ச்சிக்காகத் தாராளமாக நன்கொடைகளை வாரி வழங்கினார் ஹர்ஷர். அவரது ஆட்சிக் காலத்தில்தான் இந்தப் பல்கலைக் கழகம் உலகப் புகழ் பெற்றதாக விளங்கியது.

மன்னர் கனிஷ்கர் புத்த மதத்தைத் தழுவிய பிறகு புத்த பிட்சு ஒருவரிடம் புத்த கோட்பாடுகளைப் பற்றிப் பாடம் பயின்று வந்தார்.

ஆனால் பாடத்தைப் படிக்கப் படிக்க அவருக்குக் குழப்பம் அதிகமாகிக் கொண்டே போனது. ஒருநாள் படிக்கும்போது சரி என்று தோன்றும் அதே பாடம் மறுநாள் தவறு என்று தோன்றியது. அதனை மறுக்க வேண்டிய கட்டாயம் அவருக்கு எழுந்தது.

எனவே புத்த பிட்சுவிடம் இந்தக் குழப்பத்தைப் பற்றி விரிவாகக் கூறி அதனைத் தெளிவுபடுத்துமாறு கேட்டுக் கொண்டார்.

புத்த பிரான் பரிநிர்வாணம் எய்தி நானூறு ஆண்டுகள் ஆகி விட்டது என்றும், அவரது தர்மக் கோட்பாடுகள் காலப்போக்கில் வேறுவேறு அர்த்தத்தில் புரிந்துகொண்டு பலரும் உரை எழுதிய

காரணத்தால் இதுபோன்ற குழப்பம் ஏற்படலாயிற்று என்றும் விளக்கினார்.

இந்தக் குழப்ப நிலையை எப்படியாவது நீக்கியே ஆக வேண்டும் என்று முடிவெடுத்தார் கனிஷ்கர். அதற்காக ஒரு சங்கத்தைத் தோற்றுவித்தார். அதில் ஞானம் பெற்ற பிக்குகளைத் தேர்வு செய்து இந்தக் கோட்பாடுகளை முறைப்படுத்தி ஒழுங்கு செய்யுமாறு கேட்டுக் கொண்டார்.

நாடு முழுவதும் இருந்து அழைக்கப்பட்ட முக்கியமாக முழுமையான ஞானம் பெற்ற பிட்சுகளே அழைக்கப்பட்டிருந்த காரணத்தால் அவர்கள் ஆழ்ந்து கலந்தாலோசனை செய்தனர்.

காஷ்மீரில் ஸ்ரீநகருக்கு அருகே குண்டலவன என்னும் இடத்தில் நடைபெற்ற இந்த மாநாட்டில் 499 புத்த பிட்சுகள் மிகப் பெரிய அரங்கு ஒன்றில் கூடினர்.

இந்த மாநாட்டில் பங்கேற்பதற்காக மிகவும் ஆவலுடன் வந்திருந்தார் வசுமித்ரர். மகாவிபாஷம் என்னும் நூலை எழுதிய மிகப் பெரிய புத்த துறவி இவர்.

இவர் அரங்கிற்குள் அனுமதிக்கப்படவில்லை. எனவே வருத்தம் மற்றும் கோபத்தோடு கதவுக்கு வெளியே நின்று கொண்டே இருந்தார். அனுமதி மறுக்கப்பட்டாலும் திரும்பிப் போகும் எண்ணம் துளியும் இல்லாமல் அறைக்கு வெளியே காத்துக் கொண்டிருந்தார். இதைப் பார்த்த இதர பிட்சுகளுக்குக் கோபம் வந்தது. அவரிடம் வந்து கேட்டனர்.

அதற்கு விசுமித்ரர், 'ஞானத்தை அடைவது என் நோக்கம் கிடையாது. புத்தராக ஆவதே என் நோக்கம். அதுவே எனது குறிக்கோள்" என்றார் உறுதியாக.

இதைக் கேட்டதும் பிட்சுகள் அனைவரும் நக்கலாகவும், கேலியாகவும் சிரித்தனர்.

இதனால் ஆத்திரமடைந்த விசுமித்ரர் அவர்களிடம் ஒரு சவால் விட்டார். "என்னால் ஒரு பட்டு நூல் பந்தை ஆகாயத்தை நோக்கி எறிந்து, அது பூமியை அடையும் அந்த கணத்திற்குள் ஞானத்தை அடைந்துவிட முடியும். பார்க்கிறீர்களா?" என்றார்.

இந்த சவாலை ஏற்றுக்கொண்ட பிட்சுகள் ஒரு பட்டுநூல் பந்தை அவரிடம் கொடுத்தார்கள். அவரும் அதை ஆகாயத்தை நோக்கி எறிந்தார்.

என்னவொரு ஆச்சரியம்!

மேலே ஆகாயத்தில் இருந்த தேவர்கள் உடனே அதைப் பிடித்துக் கொண்டனர்.

அப்போது, "வசுமித்ரா! புத்தர் நிலையை அடைந்து மைத்ரேயரின் இடத்தை அடைவதற்குத் தகுதியான உம்மை உலகில் உள்ள உயிர்கள் மதிக்கின்றனவா?" என்று கேட்டு அசரீரி ஒன்றும் ஒலித்தது.

இதைக்கேட்ட அனைவரும் திடுக்கிட்டுப் போயினர். அப்படியே சாட்சாங்கமாக விசுமித்ரர் பாதங்களில் வீழ்ந்து வணங்கி, அவரையே அந்த மாநாட்டிற்குத் தலைமை தாங்கி நடத்துமாறும் விண்ணப்பித்தனர்.

ஆக, அந்த மாநாடு விசுமித்ரர் தலைமையில்தான் நடந்தது. இந்த மாநாட்டில் மகாயான கோட்பாடுகள் முழுமையான வடிவத்தைப் பெற்றதும் குறிப்பிடத்தக்கது.

கி.பி. 640ஆம் ஆண்டு ஹர்ஷர் ஆட்சிக் காலத்தில் மன்னரின் புதல்வர்கள் ஆசிரமங்களில் குருகுல வாசம் பயின்று வந்தனர். அந்த இளவரசர்களுக்கு வில்வித்தை, குதிரையேற்றம், கத்திச் சண்டை, வாள் சண்டை, கல்வி, யோகா போன்ற அனைத்துப் பயிற்சிகளும் கற்றுக் கொடுக்கப்பட்டன.

மன்னரின் அவையில் இருந்த மடாதிபதிகள்தான் இதுபோன்ற ஆலோசனைகளை அவருக்கு வழங்கியதை அடுத்தே இந்தப் பயிற்சிகள் அளிக்கப்பட்டன.

கி.பி. 647ஆம் ஆண்டு மாமன்னர் ஹர்ஷர் மரணம் அடைந்தார். இதன்பிறகு இந்துக்களுக்குள் மோதல் ஏற்பட்டு சைவர்கள் என்றும், வைணவர்கள் என்றும் பிரிந்தனர். அதாவது சிவனை வழிபடுபவர்கள் சைவர்கள் என்றும், பெருமாளை வழிபடுபவர்கள் வைணவர்கள் என்றும் அழைக்கப்பட்டனர்.

அதன்பிறகு அரேபியர்களும், முகலாயர்களும் தங்கள் மூக்கை இந்திய மண்ணில் திணித்ததை அடுத்து இந்து மதத்தின் வளர்ச்சி அப்படியே நின்று போனது. அதன்பிறகு அதற்கு வளர்ச்சி என்பதே இல்லாது போயிற்று.

8

காஞ்சிபுரம்

ஒடிசா மாநிலம் புவனேஸ்வருக்கு அருகே மூன்று முக்கிய புத்த மையங்களான புஷ்பகிரி, ரத்னகிரி, லலிதகிரி அமைந்துள்ளன. இம்மூன்றும் 'மாணிக்கக் கற்கள்' என்றே பெருமையுடன் அழைக்கப்பட்டன.

யுவான் சுவாங் குழுவினரோடு தெற்கு நோக்கிய பயணத்தில் முதலில் சென்றது புஷ்பகிரிக்கு. இது புவனேஸ்வரத்தில் இருந்து 90 கி.மீ. தொலைவில் உள்ளது.

கி.மு. 3ஆம் நூற்றாண்டு முதல் கி.பி. 12ஆம் நூற்றாண்டு வரை இங்கு ஒரு புத்த கல்வி மையம் நீடித்திருந்தது. நாளந்தா பல்கலைக் கழகத்திற்கு முன்பே அமைந்திருந்த கல்வி நிலையம் இது என்று ஆய்வாளர்கள் கூறுகின்றனர்.

கலிங்கத்தின் மீது பெரும் படையெடுப்பை அசோகச் சக்ரவர்த்தி நிகழ்த்தியபோது இங்கே இருந்த புத்த பிட்சுக்கள் அவருக்குச் சில போதனைகளை நிகழ்த்தினர். அதனால் மனமாற்றம் அடைந்த அசோகர், மதமாற்றமும் செய்து கொண்டார்.

இந்தப் பகுதியில் உள்ள குன்றுகளில் மிகப் பழமையான குன்று புஷ்பகிரிதான். அக் குன்றில் அமைந்திருந்த தொன்மையான புத்த விகாரத்தைப் பெரும் பொருட் செலவில் புதுப்பித்தார் என்பது வரலாறு கூறும் சேதி.

மகாநதியின் துணை நதிகளான கேலுகா, கெங்குடிஸ் நதிகளின் நடுவே இதன் படுகை உள்ளது. வளமான நில அமைப்பை உடைய இது மிகவும் சிறிய குன்றாக விளங்குகிறது. இங்குள்ள கட்டடங்களும், சிலைகளும் கூட இந்தப் பாறையில் செதுக்கப்பட்டவையாகவே காட்சியளிக்கின்றன.

வட்டமான படிக்கட்டுகள். அங்கே சில சிலைகள். கல்லால் செதுக்கப்பட்ட சிறிய ஸ்தூபிகள் நிறைய காணப்படுகின்றன. பாறைகளில் பிராமி எழுத்துக்களில் அசோகரின் பெயர் பொறிக்கப் பட்டுள்ளது.. புத்தர் மற்றும் தாராதேவி சிலைகள் உள்ளன.

செங்கல் சுவர்களால் அமைந்த சிறிய சிறிய விகாரைகள் காணப்பட்டன. புஷ்பகிரிக்கு மேல் மிகப் பெரிய ஸ்தூபி ஒன்றும் காணப்பட்டது.

கி.பி. 639ஆம் ஆண்டில் யுவான் சுவாங் இங்கு சென்றதாகத் தனது பயணக் குறிப்பில் எழுதியுள்ளார். அவர் இந்த இடத்தை ‘புசி பொ கிலி’ என்று குறிப்பிட்டுள்ளார். அப்போது புஷ்பகிரியில் தேரவாத பௌத்தம் செல்வாக்குடன் திகழ்ந்ததாக அவர் குறித்து வைத்துள்ளார்.

தனது பயணத்தின்போது பெஜவாடாவில் இரண்டு ஆண்டுகள் யுவான் சுவாங் தங்கியிருந்தார். பெஜவாடா தற்போது விஜயவாடா என்று அழைக்கப்படுகிறது. இங்கு அபிதம்மபீடகம் பற்றி விரிவாகக் கற்றறிந்தார். அவற்றைப் பற்றிய குறிப்புகளையும் அவர் எடுத்துக் கொண்டார்.

இது மூன்று பீடகங்களில் கடைசிப் பீடகமாக அமைந்துள்ளது குறிப்பிடத்தக்கது.

ஆந்திரதேசாவிற்கு வருகை தந்த யுவான் சுவாங் அங்குள்ள அமராவதி மற்றும் நாகார்ஜுனகோண்டா ஆகிய இடங்களில் உள்ள விகாரங்களுக்குச் சென்றார்.

கார்டன் மெக்கன்சி என்னும் கிஸ்ட்னா மாவட்டத்தின் பிரிட்டீஷ் மாவட்ட அதிகாரி 1883 ஆம் ஆண்டு யுவான் சுவாங்கைப் பற்றி ஒரு குறிப்பு எழுதியுள்ளார். கிஸ்ட்னா என்பது தற்போதைய கிருஷ்ணா மற்றும் குண்டூர் மாவட்டமாகும்.

ஆந்திரா என்பதை 'ஆன்ட லோ' என்றும், அதன் தலைநகரம் 'பிங் கி லோ' என்றும் யுவான் சுவாங் குறிப்பிட்டுள்ளதாக மெக்கன்சி எழுதி வைத்துள்ளார். 'பிங் கி லோ' என்பது தற்போது 'வேங்கி' என்று அழைக்கப்படுகிறது. 'தனகாசெகா' என்ற இடத்தையும் யுவான் குறிப்பிட்டுள்ளார். தற்போது இது 'தரணி கோட்டா' என்று அழைக்கப்படுகிறது.

இங்கு கிழக்கு மற்றும் மேற்குப் பகுதிகளில் இரண்டு பெரிய புத்த மடாலயங்கள் இருந்ததாகவும் யுவான் சுவாங் எழுதி வைத்துள்ளதாக மெக்கன்சி குறிப்பிட்டுள்ளார்.

பிரிட்டீஷ் வரலாற்று ஆய்வாளர் ராபர்ட் சீவெல் இந்த இடத்தைப் பற்றி மாறுபட்ட கருத்து ஒன்றை முன்வைத்துள்ளார்.

அதாவது அமராவதிக்கு யுவான் சென்றதாகக் கூறுவது தவறு என்றும், அவர் சென்றது பெஜவாடாதான் என்றும் உறுதியாகக் கூறியுள்ளார்.

சீவெல் என்பவர் 1845 முதல் 1925ஆம் ஆண்டு வரை மெட்ராஸ் பிரசிடென்சி ஆவணக் காப்பக அதிகாரியாகப் பணியாற்றினார்.

யுவான் அமராவதிக்கு வருவதற்கு முன்பாகவே அங்குள்ள புத்த கோயிலின் பெரும்பாலான பகுதிகள் அழிந்து போயிருந்தன என்று அதற்கு விளக்கமளிக்கிறார் சீவெல்.

'பூரசைலா என்னும் கிழக்கு மலை மற்றும் அபரசைலா என்னும் மேற்கு மலைகளில் இருந்த புத்த மடாலயங்களின் எச்சங்களில் இருந்து யுவான் சுவாங் பற்றிய தகவல்களைத் தெரிந்து கொள்ள முடிகிறது. விஜயவாடாவின் இதயப் பகுதியில் அமைந்துள்ள மொகல்ராஜபுரம் மற்றும் அக்கன்ன மடான்னா குகைகளில் யுவான் சுவாங் தங்கியிருந்தார் என்று தெரிகிறது' என்கிறார் வி.வி. கிருஷ்ண சாஸ்திரி.

இவர் ஆந்திரப் பிரதேசத்தின் தொல்லியல் துறையின் முன்னாள் இயக்குநர். ஆந்திர மாநிலத்தின் புத்த மடாலயங்களின் இருப்பிடங்களுக்கான அதிகாரி இவர் என்பது கூடுதல் தகவல்.

அங்குள்ள புத்த விகாரைகள் அனைத்தும் விஷ்ணு குந்தினப் பேரரசு காலக்கட்டத்தில் இந்து குகைக் கோயில்களாக மாற்றப் பட்டது குறிப்பிடத்தக்கது.

அதன்பின்னர் இவர் தமிழகத்தின் காஞ்சிபுரத்திற்கு வருகை புரிந்ததாக நம்பப்படுகிறது. இதுகுறித்து தனது பயணக் குறிப்பில், 'இரேணாட்டை கலிய' என்று குறிப்பிட்டுள்ளார் யுவான் சுவாங்.

'கலிய' என்பது 'சோழிய' அல்லது 'சோழ' என்ற சொல்லின் திரிபு எனப்படுகிறது. அமராவதியில் இருந்து கி.பி. 640ஆம் ஆண்டு காஞ்சிபுரம் வந்ததாகத் தெரிகிறது. அவ்வாறு வரும் வழியில் கலிய நாடு இருந்ததாக அவர் குறிப்பிட்டுள்ளார்.

அதாவது சோழ நாட்டைத்தான் அவர் அவ்வாறு குறிப்பிட்டுள்ளார்.

தொண்டை நாட்டிற்குத் தென் திசையில் காவிரி நதி பாயும் சோழ நாடு இருக்கிறது. ஆனால் தொண்டை நாட்டிற்கு வடக்கே சோழ நாடு இருந்ததாக அவர் தனது பயணக் குறிப்பில் குறிப்பிட் டுள்ளது சற்று குழப்பத்தைத் தருவதாக அமைந்துள்ளது.

அப்படியானால் கலிய என்பது சோழ நாட்டைக் குறிக்கவில்லையோ என்ற சந்தேகத்தை எழுப்பியது. எனினும் இந்த ஐயம் தவறானது என்பதை அண்மையில் ஆந்திராவின் கடப்பா மாவட்டத்தில் தொல்லியல் துறையினரின் ஆய்வின்போது கிடைத்த சில கல்வெட்டுக்களும், செப்பேடுகளும் உறுதிப்படுத்து கின்றன.

அந்தப் பகுதி முற்காலத்தில் சோழர்கள் ஆட்சியின் கீழிருந்த பகுதி என்பதை வரலாற்றுத் தகவல்கள் கூறுகின்றன. 'இரேணாட்டு கலி' என்று அவர் குறிப்பிட்டுள்ளதை ஆய்ந்து பார்க்கையில் இன்னொரு உண்மை புலப்படுகிறது. தமிழகத்தின் வட எல்லை திருவேங்கட மலைக்கு வட மேற்கே தற்போது அமைந்துள்ள கடப்பா, கர்னூல் மாவட்டங்கள் அக்காலத்தில் 'இரேணாடு' என்று அழைக்கப்பட்டது. அதாவது இரேணாட்டுச் சோழ மன்னரின் ஆட்சியின் கீழ் இந்தப் பகுதிகள் இருந்துள்ளன.

இரேணாட்டுச் சோழர் பொறித்து வைத்துள்ள சாசனங்களில், அவர்களை கரிகாற் சோழப் பரம்பரையில் இருந்து வந்தவர்களாகத் தெரிவித்துள்ளனர்.

ஆக, கடப்பா மற்றும் கர்னூல் பகுதிகள் சோழ நாட்டின் ஒரு பகுதியாக இருந்தது என்பதும், அச்சோழ மன்னரின் பெயரில்

'இரேணாட்டு கலிய' என்று அழைக்கப்பட்டு வந்துள்ளது என்பதும் தெளிவாகவே புரிகிறது.

சீனப் பயணி யுவான் சுவாங் தனது பயணக் குறிப்பில், தன கடகத்தில் இருந்து தென் மேற்காக 500 கி.மீ. பயணித்து கலியவுக்குச் சென்றதாகக் குறிப்பிட்டுள்ளார்.

இந்த நாடு 1200 கி.மீ. பரப்பளவில் விரிந்து பரந்து கிடந்தது என்றும், இதன் தலைநகரம் 5 கி.மீ. சுற்றளவில் காணப்பட்டது என்றும் குறித்துள்ளார்.

இது பயங்கரமான காட்டுப் பகுதியாக இருந்தது. எனவே மக்கள் கூட்டம் அதிகமாகத் தென்படவில்லை. வழிப்பறிக் கொள்ளைக்காரர்கள் அதிகம் காணப்பட்டனர். சதுப்பு நிலமான இது வெப்பம் மிகுந்த பிரதேசமாகக் காட்சியளித்தது.

இங்கு வசித்த குறைந்தளவு மக்களும் பார்ப்பதற்கு பயங்கர மாகவும், துன்மார்க்கராகவும் இருந்தனர். தீர்த்தங்கரரை வழிபடுகின்றனர்.

இங்குள்ள புத்த விகாரைகள் அனைத்தும் பாழடைந்து போய்க் கிடந்தது. சிலவற்றில் மாந்தரீக மந்திரவாதிகள் இருந்தனர். தேவாலயங்கள் மற்றும் திகம்பர ஆலயங்கள் நிறைய காணப் பட்டன.

இதன் தலைநகருக்குத் தென்கிழக்கே அசோகச் சக்ரவர்த்தி கட்டிய சேதியம் ஒன்று இருந்தது.

தனகடகம் என்று யுவான் சுவாங் குறிப்பிட்டுள்ளது தான்ய கடகம் என்னும் பெயரைக் கொண்ட அமராவதி நகரமே ஆகும். கிருஷ்ணா நதிக்கரையில் அமைந்துள்ள இந்நகரில் இருந்து கலிய நாடு தென் மேற்கில் இருப்பதாகத் தனது குறிப்பில் அவர் தெரிவித்துள்ளார்.

பின்னர் கலிய நாட்டில் இருந்து கரடுமுரடான காட்டுப் பாதை வழியாகப் பயணித்து 800 கி.மீ. தொலைவில் உள்ள 'தலொபிது' என்னும் நாட்டை அடைந்தார். அதன் தலைநகராக 'கஞ்சிஹ் பு லொ' என்னும் நகரம் இருந்தது என்று தனது குறிப்பில் எழுதி வைத்துள்ளார் யுவான் சுவாங்.

'த லொ பி து' என்பது 'திராவிட' என்பதாக வரலாற்று ஆய்வாளர்கள் விளக்கம் தருகின்றனர். திராவிட என்பதை சீன உச்சரிப்பில் அவர் தலொபிது என்று எழுதி வைத்துள்ளார்.

காஞ்சிபுரம் என்பதைத்தான் சீன உச்சரிப்பில் இவ்வாறு ‘கஞ் சிஹ் பு லொ’ என்று அவர் குறிப்பிட்டுள்ளார்.

வரலாற்றுச் சிறப்புமிக்க காஞ்சி நகரம் கச்சிப்பேடு என்றும், கச்சி காஞ்சி என்றும் அழைக்கப்பட்டது. இது வேகவதி ஆற்றின் கரையில் அமைந்துள்ளது.

கரிகாற் சோழ மன்னனின் ஆட்சிக் காலத்தில் அவரது ஆளுகைக்கு உட்பட்ட பகுதியாக இது இருந்ததை சங்க நூல்கள் வாயிலாக அறிந்துகொள்ள முடிகிறது.

கரிகாற் சோழனின் புதல்வன் தொண்டைமான் இளந் திரையன் காஞ்சிபுரத்தைத் தலைநகராகக் கொண்டு தற்போதைய சென்னை, செங்கல்பட்டு, வட ஆற்காடு மற்றும் தென் ஆற்காடு மாவட்டப் பகுதிகளை அடக்கிய தொண்டை மண்டலம் என்னும் நாட்டை கி.பி. 2ஆம் நூற்றாண்டில் ஆட்சி புரிந்தார்.

கி.பி. 275ஆம் ஆண்டு பல்லவ மன்னர்களின் ஆட்சியின் கீழ் காஞ்சிபுரம் வந்தது. அவர்களும் காஞ்சியைத் தலைநகராகக் கொண்டு தொண்டை மண்டலத்தை ஆட்சி செய்தனர்.

தொடர்ந்து ஆறு நூற்றாண்டுகள் இந்நகரம் பல்லவர்களின் தலைநகரமாகவே விளங்கியது. கி.பி. 875ஆம் ஆண்டு வரை பல்லவர்களின் ஆட்சி நடைபெற்றது.

காஞ்சிபுரம் 10 கி.மீ. சுற்றளவைக் கொண்ட செழிப்பான நகரமாக விளங்கியது என்கிறார் யுவான் சுவாங்.

விலை உயர்ந்த பயிர்கள் இங்கு விளைந்தன. பூக்களும், கனிகளும் செழித்துக் கிடந்தன. இங்குள்ள மக்கள் அச்சம் என்றால் என்ன விலை என்று கேட்கிற அளவிற்கு தைரியமிக்கவர்களாக இருந்தனர்.

நூறு சதவீதம் நம்பிக்கைக்கு உகந்தவர்களாக உண்மை பேசும் மக்களாகக் காட்சியளித்தனர். பொது நலச் சேவையில் மிகுந்த ஈடுபாடு உள்ளவர்களாகவும் இருந்தனர். கல்விக்கு மிகுந்த முக்கியத்துவம் அளித்தனர். இவர்கள் பேசும் மொழி மத்திய இந்தியாவின் மொழிக்கு முற்றிலும் மாறுபட்டதாக இருந்தது.

மிகப் பெரியதாகவும், அழகானதாகவும் இருந்த காஞ்சி நகரைச் சுற்றிலும் நாற்புறமும் சுவர்கள் உயரமாகவும், அகலமாகவும் காணப்பட்டன. அவற்றைச் சுற்றிலும் மரம் மற்றும் மூங்கில் வேலிகள் அமைக்கப்பட்டிருந்தன.

சாலை ஓரங்களில் கடைகள், உணவகங்கள் முதலியவை காணப்பட்டன. செங்கற்களால் கட்டப்பட்ட கட்டடங்களே அதிகம் காணப்பட்டன. அவை அத்தனை உயரமாக இல்லை என்பது குறிப்பிடத்தக்கது.

காஞ்சியில் நூற்றுக்கும் மேற்பட்ட பௌத்த பள்ளிகள் காணப்பட்டன. இவற்றில் ஆயிரத்திற்கும் மேற்பட்ட புத்த பிட்சுக்கள் பயின்றனர்.

இவை தவிர 83 ஜைனக் கோயில்களும் அங்கு காணப்பட்டன. மட்டுமல்லாமல் சைவ, வைணவ கோயில்களும் அங்கு அமைந்திருந்தன.

இந்த நாட்டிற்கு புத்த பிரான் அடிக்கடி எழுந்தருளிய சேதி மனதைக் குளிர்வித்தது.

தர்மபால பூஜா பிறந்த நகரம் என்னும் பெருமைபடைத்த காஞ்சிப் பிரதேசத்தில் புத்தர் எங்கெங்கெல்லாம் பயணித்து உபதேசங்கள் செய்தாரோ அங்கெல்லாம் அசோகச் சக்ரவர்த்தி புத்த விகாரைகளைக் கட்டினார்.

காஞ்சிக்கு அருகில் உள்ள புத்த விகாரையில் நாட்டின் பல பகுதிகளிலும் உள்ள மிகப் பெரிய அறிஞர்கள் ஒன்று திரண்டு கூடி விவாதித்தனர்.

இங்கு அசோகச் சக்ரவர்த்தி கட்டிய நூறு அடி உயரத்திலான புத்தர் சிலை ஒன்று இருந்தது. இந்த இடத்தில் தீர்த்தங்கரரை உபதேசத்தில் வென்று பெருமளவிலான மக்களை கௌதம புத்தர் பௌத்தர்களாக மதம் மாற்றினார்.

இந்த இடம் மற்றொரு அரிய சிறப்பையும் உடையது. அதாவது நான்கு புத்தர்களும் முற்காலத்தில் இந்த இடத்தில் தங்கினார்கள் என்பதே அந்தச் சிறப்பு.

காஞ்சி கடற்கரையை நோக்கி முப்பது கிலோ மீட்டர் அளவிற்கு விரிந்து காணப்பட்டது.

‘இலங்கைக்குச் செல்வதற்குரிய ஒரு துறைமுகப் பட்டினமாக காஞ்சிபுரம் அமைந்திருந்தது. அங்கிருந்து இலங்கையை அடைய மூன்று நாட்கள் ஆகும்’ என்றும் யுவான் சுவாங் தெரிவித்துள்ளார்.

மணிமேகலைக் காப்பியத்திலும் காஞ்சி நகரம் குறிப்பிடப் பட்டுள்ளது. அந்த அளவிற்குப் பழமையான இங்கு ‘காஞ்சி கடிகை’ என்னும் உலகப் புகழ் பல்கலைக் கழகம் ஒன்று அமைந்திருந்தது.

தமிழ், சமஸ்கிருத மொழி மட்டுமல்லாமல் கலையிலும் இந்தப் பல்கலைக் கழகம் சிறந்து விளங்கியது.

பல்லவர்களின் ஆட்சிக் காலத்தில் காஞ்சியில் ஒரு பல்கலைக் கழகம் இருந்தது என்பதை ஆந்திராவில் உள்ள தலகுண்டா தூணில் அமைந்துள்ள கல்வெட்டு உறுதிப்படுத்துகிறது. கடம்பா மன்னன் காகுஸ்தவராமன் இந்தக் கல்வெட்டினைப் பொறித்து வைத்துள்ளார்.

மேலும் வரலாற்று ஆய்வாளர்கள் லெவிஸ், ரைஸ், புலெர், சீல்ஹார்ன் ஆகியோரும் இதனை உறுதிப்படுத்தி உள்ளனர். இந்தப் பல்கலைக் கழகத்தில் மிகப் பெரிய நூலகம் ஒன்றும் இருந்ததை ஆய்வாளர்கள் தெரிவிக்கின்றனர்.

தமது பயணக் குறிப்பில் 'சிமொலொ' என்றொரு மொழியைப் பற்றி யுவான் சுவாங் குறிப்பிட்டுள்ளார். அது தமிழ் மொழி என்று அழுத்தம் திருத்தமாகக் கூறுகிறார் கால்டுவெல்.

தமிழ் மொழி சில பகுதிகளில் 'அரவம்' என்ற பெயரில் அழைக்கப்படுகிறது. இந்த மொழியைப் பேசுவோர் 'அறவோர்' என்பதால் இவ்வாறு 'அரவம்' என்று பெயர் சூட்டப்பட்டிருக்கக் கூடும்.

ராவென்னா என்னும் முற்காலத்தைய நிலநூல் ஆய்வாளர், இந்தியப் பெருங்கண்டத்தில் முப்பெரும் நிலப் பிரிவுகள் இருந்தன என்றும், அதில் தென்கோடிப் பகுதி மொழியாக 'திமிரிக' இருந்தது என்றும் குறிப்பிட்டுள்ளார்.

திமிரிக என்பது தமிழ் மொழிதான் என்று வரலாற்று ஆசிரியர்கள் உறுதியாகக் கூறுகின்றனர்.

தமிழ் மக்களின் தோற்றத்தைப் பற்றியும் தனது குறிப்பில் பதிவு செய்து வைத்துள்ளார் யுவான் சுவாங். 'தமிழ் மக்கள் அடர் கருப்பு நிறமாக, அதே வேளையில் நல்ல ஆரோக்கியமாகவும் காணப்பட்டனர்'.

காஞ்சிபுரம் அப்போது நரசிம்ம வர்மனின் ஆட்சி அதிகாரத்தின் கீழ் இருந்தது.

காஞ்சிபுரத்தில் தனது பயணத்தை நிறைவு செய்து கொண்டு மதுரை செல்ல விழைந்தார்.

அப்போது முன்னூறு புத்த பிட்சுகள் இலங்கையில் இருந்து இந்தியா வந்தனர். அங்கு ஆட்சி செய்த மன்னர் இறந்துவிட்ட

காரணத்தால் பெரும் அரசியல் குழப்பம் ஏற்பட்டிருந்தது. அத்துடன் கொடிய பஞ்சம் வேறு.

இந்தக் காரணங்களால்தான் அந்த பிட்சுகள் இந்தியாவிற்கு வந்தனர். காஞ்சிபுரத்தில் சீன யாத்ரீகர் யுவான் சுவாங்கைச் சந்திக்கும் வாய்ப்பு அவர்களுக்குக் கிட்டியது.

அப்போது யுவான் சுவாங் அவர்களிடம், "உங்கள் நாட்டில் பகவான் புத்தர் எழுந்தருளி புத்த மதத்தைப் போதித்தார் என்றும், திரிபிடகம் மற்றும் யோக சாஸ்திரத்தை அருளிச் செய்தார் என்றும் கேள்விப்பட்டுள்ளேன். அவற்றைக் கற்றுக் கொள்ள ஆசைப்பட்டு அங்கே செல்லத் திட்டமிட்டுள்ளேன். ஆனால் நீங்களோ அந்த நாட்டிலிருந்து வெளியேறி இங்கே வந்திருக்கிறீர்கள். ஏனென்று காரணத்தைத் தெரிந்து கொள்ளலாமா?" என்று கேட்டார்.

"இலங்கையில் கொடிய பஞ்சம் தாண்டவமாடுவதால் அங்கிருந்து இங்கே வந்தோம். அதேவேளையில் பாரத நாட்டில் புத்தபிரான் பிறந்து வளர்ந்த ஜம்பத் தீவில் அமைந்துள்ள பௌத்த விகாரைகளைக் கண்டு தரிசிப்பதும் எங்கள் விருப்பம். அதற்காகவே இந்தியா வந்துள்ளோம்" என்றனர் அந்தப் புத்த பிட்சுகள்.

மேலும் அவர்களே தொடர்ந்தனர். "இலங்கையில் இருப்பவர் களில் அதிகம் கற்றவர்கள் நாங்கள்தான். எங்களைவிட அதிகம் கற்றவர்கள் அங்கு யாரும் இல்லை. எனவே தங்களுக்கு எந்தச் சந்தேகம் இருந்தாலும் அதனை எங்களிடம் கேட்டுத் தெரிந்து கொள்ளலாம்" என்றார்கள் தாராளமாக.

இதனைத் தொடர்ந்து தனக்கிருந்த சில சந்தேகங்களை அவர்களிடம் கேட்டார் யுவான். அவர்களும் அதற்குப் பதில் கூறினர். ஆனாலும் அந்தப் பதில்கள் சிலபத்திரர் கூறியதைவிட மேம்பட்டதாக இல்லை என்று கருதினார் அவர்.

இதன்பின்னர் அங்கிருந்தது திருவதிகை வழியாக மதுரைக்கு வந்தார்.

மதுரை மன்னர் சடைய வர்மன் செழியன் சேந்தன் மரணம் அடைந்து அவரது மகன் சீர்நின்ற நெடுமாறன் என்னும் பாண்டிய மன்னன் முடிசூடும் நேரத்தில் யுவான் சுவாங்கின் மதுரைப் பயணம் அமைந்தது.

தனது மதுரைப் பயணத்தைப் பற்றியும் அவரது சீன மொழி நடை மற்றும் உச்சரிப்பில் குறிப்பு எழுதி வைத்துள்ளார் யுவான் சுவாங்.

காஞ்சியில் இருந்து தெற்கே 1500 கி.மீ. தொலைவில் உள்ள 'மெலலெகூட' என்னும் தேசத்தை அடைந்ததாக அவர் எழுதி உள்ளார்.

'மெலலெகூட' என்பது 'மலையகூட' நாடு என்கிறார் ஆய்வாளர் கன்னிங்காம். கிழக்கே தஞ்சாவூரில் இருந்து மதுரை, நெல்லை மற்றும் மேற்கே கோவை, திருவாங்கூர் பகுதிகளையும் கொண்டதாக விளங்கியது மலையகூட நாடு என்கிறார் அவர்.

காஞ்சியில் இருந்து மதுரை ஏறத்தாழ 500 கி.மீ. தூரம் மட்டுமே உள்ள நிலையில் ஆயிரத்து 500 கிலோ மீட்டர் தூரம் என்று கூறியுள்ளார் யுவான். அப்படியானால் அவர் காஞ்சியில் இருந்து கிழக்கே பயணித்து பல இடங்களுக்கும் சென்று கடைசியாக மதுரையை அடைந்துள்ளார் என்று தெரிகிறது. அவர் பயணித்த இடங்களை எல்லாம் கணக்கிட்டே அவர் தூரத்தைக் கணக்கிட்டுள்ளதாகவும் தெரிகிறது.

அந்தத் தேசத்தின் தலைநகரம் 20 கி.மீ. சுற்றளவில் காணப் பட்டதாகவும் அவர் குறிப்பிட்டுள்ளார். கரம்ப நிலமாகவும், விளைச்சல் இல்லாமல் புதர்கள் அடர்ந்த நிலையில் அந்தப் பகுதி காணப்பட்டது. அதிக வெப்பம் இருந்தது. அங்குள்ள மக்கள் கரிய நிறமுள்ளவர்களாக இருந்தனர்.

நிறைய பௌத்த விகாரைகள் இருந்தன. ஆனால் ஒருசில விகாரைகள் மட்டுமே நல்ல நிலைமையில் இருந்தன. மற்றவை இடிந்து தவழ்ந்த நிலையிலேயே காணப்பட்டன. புத்த பிட்சுகளின் எண்ணிக்கையும் மிகக் குறைவாகவே இருந்தது.

திகம்பரர்கள் அதிக எண்ணிக்கையில் இருந்தனர். காஞ்சிக்குக் கிழக்கே அசோகச் சக்ரவர்த்தியின் சகோதரர் மகேந்திரன், பகவான் புத்தர் உபதேசம் செய்த இடம் என்பதால் இங்கு ஒரு பௌத்த விகாரையைக் கட்டியிருந்தார். ஆனால் அது இடிந்துபோய் அழியும் நிலையில் காணப்பட்டது.

இந்த விகாரையில் அடியவர்கள் வணங்கித் தொழுது கோரிக்கை ஏதேனும் வைத்தால் அதை நிறைவேற்றி வைக்கும் சக்தி உடையது என்ற நம்பிக்கை பரவலாக இருந்தது. அந்த நம்பிக்கை மாறாமல் அப்போதும் நிறைய பக்தர்கள் அங்கு வந்து வணங்கிச் செல்வதைப் பார்க்க முடிந்தது.

இந்த நாட்டிற்கு தெற்கே கடலுக்கு அருகில் மலை ஒன்று இருந்தது. அங்கு சந்தன மரம், கற்பூர மரம் போன்ற மரங்கள் அடர்ந்து காணப்பட்டன.

கிழக்குப் பகுதியில் பொடலக மலை ஒன்று இருந்தது. அதன் உச்சியில் செல்வதற்குக் குறுகிய பாதை ஒன்று இருந்தது. உச்சியில் சுத்தமான நீருடன் ஏரியொன்று இருந்தது. அங்கு அருவி ஒன்று மலையை இருபது தடவை சுற்றியவாறு கடலில் சென்று கலந்தது

அந்த ஏரிக் கரையில் இருந்த தேவாலயத்திற்கு குவான் த்ஸுத்ஸாய் பூசா என்பவர் அடிக்கடி சென்றதாகக் கூறப்படுகிறது. பூசாவைக் காண்பதற்காக அருவி மற்றும் மலையைக் கஷ்டப்பட்டு கடந்து அடியவர்கள் சென்றனர். ஆனாலும் சிலரால் மட்டுமே கோயிலுக்குள் செல்ல முடிந்தது என்றும் கூறப்படுகிறது.

மலை அடிவாரத்தில் இருந்து பிரார்த்தனை செய்தால் பூசா சில சமயம் பாசுபத தீர்த்தங்கரராகவும், சில சமயம் மகேஷ்வரராக வும் காட்சியளித்ததாக அடியவர்கள் பலரும் தெரிவித்தனர்.

பொதலக மலைக்கு வடகிழக்கே கடற்கரையோரத்தில் ஒரு நகரம் உண்டு. அது செங்லொவுக்கு அடுத்துள்ள கடலில் இலங்கைக்குச் செல்லும் வழியில் இருக்கிறது. செங்லொ என்பது சிங்களத்தைக் குறிப்பதாகக் கருதப்படுகிறது.

இங்கிருந்து இலங்கை 300 கி.மீ. தொலைவில் தென்கிழக்கே இருப்பதாகச் சிலர் தெரிவித்தனர் என்று யுவான் சுவாங் தனது பயணக் குறிப்பில் குறிப்பிட்டுள்ளார்.

பின்னர் அவர் மதுரையில் இருந்து இலங்கைக்குச் சென்றதாகவும் தெரிகிறது. தனது பயணக் குறிப்பில் இலங்கையில் பேசப்பட்டு வந்த இதிகாசக் கதை ஒன்றையும் குறிப்பிட்டுள்ளார் யுவான் சுவாங்.

தென் இலங்கை ஒரு குட்டித் தீவு. அது குபேரனுக்குரிய தீவு என்பதால் 'த்வீப குபேர' என்னும் பெயரில் அழைக்கப்பட்டது. அதாவது குபேரனுக்குரிய தீவு என்பதே அதன் பொருள்.

இத்தீவை இராவணன் கைப்பற்றி, அங்கிருந்த குபேரனைத் துரத்தி அடித்துவிட்டான். அத்துடன் குபேரனிடம் இருந்த புஷ்பக விமானத்தையும் அவன் கவர்ந்து வைத்துக் கொண்டான். அதன் பின்னர் அது 'திவீப இராவண' என்ற பெயரில் அழைக்கப்பட லாயிற்று.

இராவணனின் ஆதிக்கம் அதிகரித்துக் கொண்டே போனது. தமிழகத்தையும் கைப்பற்றித் தனது ஆட்சியின் கீழ் கொண்டு வந்தான்.

இதனால் கவலையடைந்த தமிழர்கள் பலரும் இராவண னிடம் இருந்த தங்களது நாட்டை எவ்வாறு விடுவிப்பது என்று யோசிக்கத் தொடங்கினர். அதற்கேற்ற ஒரே ஆள் அகத்திய முனிவர் தான் என்று முடிவெடுத்தனர். அவரிடம் சரணடைந்தனர்.

அவர்களின் விருப்பத்தை நிறைவேற்ற உறுதிபூண்டார் அகத்திய முனி. இராவணனின் ஆதிக்கத்தில் இருந்து தமிழகத்தை எவ்வாறு விடுவிப்பது என்று சிந்திக்கலானார்.

இராவணனுக்கு இசை என்றால் உயிர். அதில் வல்லவனா கவும் திகழ்ந்தான். கயிலை மலையின் கீழ் அவன் சிக்கி நசுங்கிய போது சாம கானம் பாடி சிவபெருமானை மகிழ்வித்தான். இராவணனின் இசையில் மயங்கிய கயிலைநாதன், அவனை அதிலிருந்து விடுவித்ததோடு, அவனுக்கு வரமும் வழங்கினார்.

இவ்வாறு இசையில் அதிக ஆர்வம் உடைய இராவணனை அந்த இசையாலேயே வீழ்த்தலாம் என்று திட்டம் வகுத்தார் தமிழ் முனி அகத்தியர்.

ஒருநாள் இராவணனை இசைப் போட்டிக்கு அழைத்தார். போட்டியில் தோற்பவர் தமிழகத்தை விட்டே சென்றுவிட வேண்டும் என்பதுதான் போட்டிக்கான நிபந்தனை.

இசைப் போட்டி என்றதும் எதைப் பற்றியும் யோசிக்காமல் ஒத்துக் கொண்டான் இராவணன்.

குறிப்பிட்ட நாளில் இசைப் போட்டியும் நடைபெற்றது.

அகத்திய முனி யாழினை இசைக்கத் தொடங்கினார். கடினமான பாறை இளகியது. இளகிய பாறையில் யாழினை வைத்தார். பாறை இறுகி யாழைக் கெட்டியாகப் பிடித்துக் கொண்டது..

இப்போது அகத்தியர் இராவணனுக்கு விடுத்த சவால் என்ன தெரியுமா?

யாழினை இசைத்து அந்தப் பாறையை இளகச் செய்து அதில் சிக்கென்று பற்றிக் கொண்டிருக்கும் யாழினை வெளியே எடுக்க வேண்டும்.

இராவணனும் யாழை இசைத்தான். அவனுக்குத் தெரிந்த அத்தனை இசைகளையும் பொழிந்தான்.

ஆனால் பாறை சற்றும் இளகவே இல்லை.

அவனால் யாழினை அதிலிருந்து எடுக்க முடியவில்லை.

தோற்றுப்போனான்.

அகத்தியர் மீண்டும் இசைத்தார். பாறை இளகியது. அந்த யாழை எடுத்தார்.

இசைப் போட்டியில் தோல்வியைத் தழுவிய இராவணன், நிபந்தனையின்படி தமிழகத்தை விட்டு வெளியேறினான். அவனது ஆதிக்கம் மறைந்தது.

இப்படியொரு கதை இராம காவியம் எதிலும் இடம் பெற வில்லை. என்றாலும் 'மதுரைக் காஞ்சி' என்னும் சங்க இலக்கியத்தில் மட்டும் காணப்படுகிறது.

தென்னலற் பெயரிய துன்னருந் துப்பின்
தொன்முது கடவுள் பின்னர் மேய
விரைத்தாழ் அருவிப் பொருப்பின் பொருந

என்று அதில் குறிப்பிடப்பட்டுள்ளது.

"இராவணன் தமிழகத்தை ஆள முடியாதபடி வலிமையை உடைய பழமை முதிர்ந்த அகத்தியன் பின்னே எண்ணப்பட்டுச் சான்றோனாய் இருத்தற்கு மேவின ஒப்பற்றவனே!" என்று இதற்கு விளக்கம் தருகிறார் நச்சினார்க்கினியர்.

9

நிகழ்வுகள்

யுவான் சுவாங்கின் இந்தியப் பயணத்தின்போது எத்தனையோ பயங்கர, அதிசய, அதிர்ச்சி தரத்தக்க நிகழ்வுகள் நடந்தன. அவற்றில் சில நிகழ்வுகள் மட்டுமே தெரியவந்துள்ளன. அவற்றை நாம் பார்க்கலாம்.

கொள்ளையரும் யுவானும்

நதி ஒன்றைக் கடப்பதற்காகப் படகில் தமது புத்த பிட்சுகளோடு பயணித்துக் கொண்டிருந்தார் யுவான் சுவாங். நதிக் கரையின் இருமருங்கிலும் அடர்ந்த அசோக மரங்கள். அவை அனைத்தும் பயங்கரமான காடுகளாகவே காட்சியளித்தன. அதனைப் பார்க்கும் போதே சற்று மிரட்சியாகத்தான் இருந்தது..

அதிலும் படகோட்டி அவர்களைவிடவும் சற்றே பயமும், மிரட்சியும் அதிகமானவனாகக் காட்சியளித்தான். இருபுறமும் உள்ள காடுகளை அவன் பார்வை ஒருவித பய உணர்ச்சியோடே பார்த்தவாறு இருந்தது.

இதனைக் கவனித்தார் யுவான் சுவாங். படகோட்டியின் பய பீதி அங்கே ஏதோ ஒரு அசம்பாவிதம் நடக்க இருப்பதை அவருக்கு உணர்த்தியது. உள்ளுணர்வும் அப்படியே கூறியது.

அதனை உண்மையாக்குகிற மாதிரி அடர்ந்த அசோக மரங்களுக்கு இடையே இருந்து சில படகுகள் திடீரென்று அவர்களின் படகை நோக்கிச் சீறிப்பாய்ந்து வந்தன. அந்தப் படகுகளில் இருந்தவர்கள் மேலாடை ஏதும் அணியாமல் இடுப்பில் மட்டுமே ஆடை அணிந்திருந்தனர். பார்ப்பதற்கு அவர்கள் அனைவரும் முரடர்களாகவும் தெரிந்தனர்.

அவர்களின் கைகளில் கூர்மையான கொடுவாள் வேறு. அவர்களில் ஒருவன் மட்டும் வித்தியாசமாகத் தெரிந்தான். அவன் மட்டும் தலைப்பாகை ஒன்றை அணிந்திருந்தான். கொடுவாளுக்குப் பதிலாக நீளமான வேல் ஒன்றை வைத்திருந்தான்.

அந்தக் கும்பலுக்கு அவன்தான் தலைவனாக இருக்க வேண்டும் என்பதைப் புரிந்து கொண்டார் யுவான் சுவாங்..

இவர்கள் படகை நெருங்கியதும் அவன், "ஏய் படகை நிறுத்து" என்று கத்தினான்.

உடனடியாகப் படகை நிறுத்திய படகோட்டி, அடுத்த நொடிப் பொழுதே நதியில் குதித்து கரையை நோக்கி வேகமாக நீந்தத் தொடங்கிவிட்டான்.

படகோட்டி இல்லாமல் படகு நதியில் தத்தளித்தது. உடனே அந்தக் கொள்ளையர்கள் இவர்களின் படகில் ஏறினர்.

"உங்கள் படகைக் கரைக்கு ஓட்டிச் செல்லப் போகிறோம். யாரும் சப்தம் போடாமல் இருக்க வேண்டும். உங்கள் உடைமைகளை எல்லாம் எங்களிடம் கொடுத்துவிட்டால் உங்களை ஒன்றும் செய்யாமல் உயிரோடு விட்டுவிடுவோம். மாறாக சப்தம் போட்டு முரண்டு பிடித்தால் இந்தக் கங்கை நதியில் தூக்கிப் போட்டுவிடுவோம். அப்புறம் இதிலுள்ள முதலைகளுக்கு நீங்கள் உணவாக வேண்டியதுதான்" என்று மிரட்டினார்கள்.

அவ்வளவுதான். படகில் இருந்த அனைவரின் சப்த நாடியும் அடங்கிப் போனது. உடம்பெல்லாம் உதறல் எடுத்தது.

ஆனால் யுவான் சுவாங் மட்டுமே அச்சமே இல்லாமல் அதே புன்னகையுடன் ரொம்ப அமைதியாக இருந்தார்.

இதைக் கவனித்த மற்றவர்கள் குழப்பமடைந்தனர். 'இவ்வளவு பெரிய பயங்கரச் சூழல் ஆட்கொண்டிருக்கிறது. இந்த மனிதர் என்னடாவென்றால் பீதியடையாமல் அமைதியாகச் சிரித்துக் கொண்டிருக்கிறரே!' என்று அவர்கள் சற்று கோபமடைந்தனர்.

கொள்ளையர்களின் தலைவன் யுவான் அருகே வந்தான். மேலும் கீழுமாக அவரை உற்று நோக்கி அலசி ஆராய்ந்தான்.

அப்புறம் நிதானமாகத் தனது கொள்ளைக் கும்பலைப் பார்த்து, "நன்றாகக் கவனித்துக் கொள்ளுங்கள். இவனைப் போன்ற ஒருவனைத்தான் நாம் நீண்ட நாட்களாகத் தேடிக் கொண்டிருந்தோம். காளி மாதாவுக்குப் பலி கொடுப்பதற்கான அனைத்து லட்சணங்களும் இவனிடம் இருக்கிறது. அவளுக்கு இரத்தப் பலி கொடுக்க சரியான ஆள் இவன்தான். எனவே சற்றும் தாமதிக்காமல் கரையை நோக்கிப் படகை வேகமாகச் செலுத்து" என்றான்.

அப்படியே யுவான் சுவாங்கை நோக்கி, "நீ ரொம்பவும் அதிர்ஷ்டக்காரன். காளி மாதாவிற்குப் பலியாகப் போகிறாய். அதனால் நேராக சொர்க்கத்தை அடைவாய்" என்றான் மிகுந்த சந்தோஷமாய்.

இதைக் கேட்டதும் அனைவரும் அதிர்ச்சியடைந்தனர். சீனப் பயணியை இவர்கள் கொல்லப் போகிறார்கள் என்றதும் ரொம்பவும் பதற்றமடைந்தனர்.

"தயவு செய்து அவரை ஒன்றும் செய்துவிடாதே. சீனாவில் இருந்து நம் இந்தியாவிற்கு வந்திருக்கும் துறவி அவர். பாவங்கள் செய்யத் தயங்குபவர். எங்கள் வசமுள்ள எல்லாப் பொருட்களையும் தந்துவிடுகிறோம். இந்த மிகப் பெரிய ஞானியை மட்டும் உயிரோடு விட்டுவிடு. அவ்வாறு செய்யாவிட்டால் உங்களுக்கு மிகப் பெரிய பாவம் வந்து சேரும்" என்றனர்.

இதைக்கேட்டதும் இடிமுழக்கம்போலச் சிரித்தான் கொள்ளையர்களின் தலைவன். "எங்கள் பாவங்களைக் களைவதற் காகத்தான் இவனை நாங்கள் காளிக்குப் பலிகொடுக்கப் போகிறோம். நீங்கள் என்னடாவென்றால் எங்களுக்குப் பாவம் வந்து சேரும் என்கிறீர்கள். சிரிப்பாக இருக்கிறது" என்றான் நக்கலாக.

அனைவரும் பயத்தின் உச்சத்திற்கே போயினர். இந்தக் கொள்ளையர்களிடம் இருந்து சீனத் துறவியை எப்படிக் காப்பாற்றுவது என்று தெரியாமல் கவலையும் குழப்பமுமாக அவர்கள் இருந்தனர்.

அந்தத் துறவிகளில் பாலவர்மர் என்றும் ஒருவர் இருந்தார். அவர் வீரம் செறிந்த காஞ்சிபுரத்தைச் சேர்ந்தவர். கொள்ளையர்களின் மீது கடும் கோபமும் ஆத்திரமும் அடைந்தார். எப்படியாவது யுவானைக் காப்பாற்ற வேண்டும் என்ற ஆக்ரோஷம் அவருள் எழுந்தது.

யாருமே எதிர்பாராத நிலையில் திடீரென்று வேகமாக எழுந்த அவர், பக்கத்திலிருந்த கொள்ளையன் ஒருவன் கையில் இருந்த கொடுவாளை சட்டெனப் பறித்தார்.

"இந்தப் பிட்சுவை ஏதாவது செய்ய நினைத்தீர்கள் என்றால் உங்கள் அனைவரையும் இங்கே, இதே இடத்தில் கொன்று விடுவேன்" என்று சீறினார்.

இப்படியொன்றை எதிர்பார்த்திராத மற்ற துறவிகள் அதிர்ச்சி அடைந்த நிலையில் இருந்தனர்.

ஆனால் பாலவர்மரைப் பார்த்த கொள்ளைத் தலைவனோ நக்கலாகச் சிரித்தபடி, "அன்பு, சமாதானம், சத்தியம், தர்மம் என்பதை மட்டுமே நீங்கள் கையில் எடுக்க வேண்டும். இதைப் போன்ற வாட்களை எங்களைப்போன்ற கொள்ளையர்கள்தான் கையில் எடுக்க வேண்டும். அடம்பிடிக்காமல் அந்த வாளை அப்படியே என்னிடம் கொடுத்துவிட்டு நல்ல பிள்ளையாக படகில் ஓரமாக உட்கார்ந்து கொள்ளுங்கள்" என்றான்.

இதைக்கேட்டதும் பாலவர்மருக்கு இன்னும் ஆத்திரம் அதிகமானது. "ஏய், எங்களை என்ன கோழைகள் என்று நினைத்து விட்டாயா? அத்தனை பேரையும் ஒரே நொடியில் கொன்று குவித்து விடுவேன்" என்று சீறினார்.

உடனே அந்த கொள்ளைத் தலைவன் மற்றொரு கொள்ளையனைப் பார்த்து ஏதோ சைகை செய்தான்.

அடுத்த நொடிப் பொழுது அந்தப் படகு வேகமாக ஆடத் தொடங்கியது. இதனால் பாலவர்மர் சற்றே தடுமாறினார். இந்த வாய்ப்பை சரியாகப் பயன்படுத்திக் கொண்டான் அருகிலிருந்த கொள்ளையன் ஒருவன், பாலவர்மரை சட்டெனப் பிடித்து நதிக்குள் தள்ளிவிட்டான்.

நதியில் தத்தளித்தார் பாலவர்மர்.

படகில் இருந்த மற்ற துறவிகள் அனைவரும் பயமிரட்சியோடு செய்து வைத்த கற்சிலையைப் போல அப்படியே இருந்தனர்.

ஒரு கொள்ளையன் தனது கையில் இருந்த கொடுவாளால் தண்ணீரில் தத்தளித்துக் கொண்டிருந்த பாலவர்மரைக் குறிபார்த்து தாக்கினான்.

அடுத்த நொடியில் தண்ணீர் சிவப்பாக மாறியது.

பாலவர்மரைக் கொன்றுவிட்ட திருப்தியில் மற்றவர்களைப் பார்த்த கொள்ளைக்காரத் தலைவன், "பேசாமல் நான் சொல்கிறபடி அனுசரித்து நடந்தால் உயிர் தப்பலாம். இல்லையென்றால் இந்த காவித்துணி சுற்றியிருந்த துறவிக்கு நேர்ந்த கதிதான் உங்களுக்கும்" என்று மிரட்டினான்.

படகு கரையை நோக்கி வேகமாகச் சென்றது.

பாலவர்மர் கொல்லப்பட்ட இடத்தையே பயமிரட்சியோடு புத்த துறவிகள் அனைவரும் பார்த்தவாறே இருந்தனர்.

ஆனால் யுவான் சுவாங் மட்டும் கண்களை மூடித் தியானம் செய்தார். போதி சத்துவர்களைத் துதித்தார்.

இதனைப்பார்த்த கொள்ளையன் ஒருவன் கோபமடைந்தான். ஏதோ மந்திரம் கூறி தங்களைச் சபிப்பதாக எண்ணிய அவன், தனது கொடுவாளால் அவர் தலையைச் சீவுவதற்காகத் தயாரானான்.

இதனைக் கவனித்துவிட்ட அவர்களின் தலைவன், அந்தக் கொள்ளையனைத் தடுத்து நிறுத்தினான். "காளி மாதாவிற்குப் பலியிடப்பட வேண்டியவன். இங்கேயே அவன் கதையை முடித்து விடக் கூடாது" என்று எச்சரித்தான்.

உடனே அந்தக் கொள்ளையன் தனது ஆத்திரத்தைக் கட்டுப் படுத்திக் கொண்டான்.

"இந்தத் துறவி என்ன மந்திரம் ஜெபித்தாலும் அது நம்மை ஒன்றும் செய்யாது. ஏனென்றால் காளி மாதா நம்மைக் காப்பாற்றுவார்" என்றான்.

படகு கரையை அடைந்ததும் அதனை அங்குள்ள அசோக மரம் ஒன்றில் கட்டினார்கள். அதிலிருந்து அனைவரையும் இறங்கி

ஒரு உயரமான இடத்தில் அமரச் செய்தனர். அதனருகிலேயே ஒரு மேடை ஒன்று அவசர அவசரமாகத் தயார் செய்யப்பட்டது.

இவை அனைத்தையும் இவர்கள் அனைவரும் ஒருவித பீதியுடன் பார்த்துக் கொண்டிருந்தனர்.

சற்றுநேரத்தில் அவர்களின் பணிகள் அனைத்தும் முடிவடைந்தன.

ஒருவன் யுவான் சுவாங் அருகே வந்து, "எழுந்து நில்" என்று கட்டளையிட்டான்.

அவரும் அவனது கட்டளைக்குக் கட்டுப்பட்டவராக எழுந்து நின்றார். அக்கும்பலின் தலைவன் அவரருகில் வந்து சிவப்பு மலர்களால் கட்டப்பட்ட மாலை ஒன்றை அவர் கழுத்தில் அணிவித்து, பயபக்தியோடு காளியை வணங்கினான்.

இதைப் பார்த்த பிற துறவிகள் அனைவரும் கண்கலங்கினர். எப்படியாவது தங்களது சீனத் துறவியைக் காப்பாற்ற வேண்டும் என்ற துடிப்பு அவர்களுக்குள் இருந்தது.

அப்போது ஆதித்தன் என்ற துறவி ஒருவர் எழுந்து கொள்ளையர் தலைவனின் அருகே வந்தார்.

"இவரை விட்டுவிடுங்கள். நம் நாட்டுக்கு வந்த விருந்தினர் இவர். புத்த மதத்தைப் பற்றி இன்னும் ஆழமாகக் கற்றுத் தேர்ந்திட வந்த ஒரு புனிதர். விருந்தினர்களை உபசரிப்பதுதான் நம் பண்பாடு. மாறாக அவரைக் கொல்வது மோசமான இழிசெயல். காளி மாதாவிற்குப் பலியிட வேண்டுமென்றால் நீங்கள் தாராளமாக என்னைப் பலியிடுங்கள். அதற்கு நான் அனுமதி தருகிறேன். இந்தப் புனிதரை விட்டுவிடுங்கள்" என்று கைகூப்பிக் கெஞ்சினார்.

ஆதித்தனைத் தொடர்ந்து அங்கிருந்த புத்தத் துறவிகள் அனைவருமே கோரஸாக, தங்களைப் பலியிடுமாறும், சீனத் துறவியை விட்டுவிடுமாறும் கெஞ்சத் தொடங்கினர்.

இது அக்கும்பலின் தலைவனுக்குக் கோபத்தையும் ஆத்திரத் தையும் கிளப்பியது. "நான் ஏற்கெனவே சொன்னதுபோல நீங்கள் அனைவரும் நடக்கப் போவதை அமைதியாகக் கண்டுகளியுங்கள். இந்தத் துறவியை அந்த மேடையில் படுக்க வைத்து அவரது கழுத்தை ஒரே வெட்டில் இரண்டு துண்டாக்கிப் பலியை முடித்துக் கொள்ள இருக்கிறோம். அதுதான் நடக்கப் போகிறது. அதுதான் காளியின் கட்டளை. இந்த சீனாக்காரன்தான் பலிக்கு ஏற்றவன்

என்பதை காளி மாதா என் கனவில் வந்து சொல்லியிருக்கிறார். எனவே அதுதான் நடக்க வேண்டும்.

இந்த உண்மையைப் புரிந்துகொள்ளாமல் இவனுக்குப் பதிலாக உங்களைப் பலியிடுமாறு கோருவது முறையற்றது. அதை நிறுத்திக் கொள்ளுங்கள். அடம்பிடித்தால் உங்கள் அனைவரின் கைகளையும், கால்களையும் கட்டி கங்கையில் எறிந்துவிடுவேன். ஜாக்ரதை. பேசாமல் இருந்தால் பலியை முடித்ததும் உங்கள் அனைவரையும் ஒன்றும் செய்யாமல் விடுவித்துவிடுவேன். நீங்கள் இங்கிருந்து ஓடிப்போய்விடலாம்" என்றான் தடித்த குரலில்.

தங்கள் முயற்சி பலிக்காது என்பதைப் புரிந்து கொண்ட துறவிகள் அனைவரும் கவலையோடு பேசாமல் அமர்ந்துவிட்டனர்.

கழுத்தில் மாலையுடன் அந்த மேடையை நோக்கி யுவான் சுவாங் அழைத்துச் செல்லப்பட்டார். அவரைப் பலியிடுவதற்காக மிகக் கூர்மையான, பளபளவென்ற வாள் ஒன்று தயாராகக் காத்திருந்தது.

மேடையில் அமைக்கப்பட்டிருந்த பீடத்தை ஒருகணம் உற்று நோக்கினார் யுவான். அதில் படுக்க வைத்து பலியை நிறைவேற்றப் போகிறார்கள் என்பது தெரிந்தது.

கடைசி முயற்சியாக அவர்களிடம் பேசிப்பார்க்கலாம் என்று நினைத்தார் அவர்.

"நான் பகவான் புத்தரின் தர்மத்தைக் கடைப்பிடிப்பவன். என் உடல் உங்கள் பலிக்குப் பயன்படும் என்றால் அது எனக்கு மிகுந்த மகிழ்ச்சியையே அளிக்கிறது. இறப்பு என்பதைப் பற்றி நான் எப்போதும் கவலைப்பட்டதே இல்லை. ஏனென்றால் அது மண்ணில் பிறந்த ஒவ்வொரு உயிருக்கும் என்றாவது ஒருநாள் நிச்சயம் வந்தே தீரும். எனக்கு இன்று வரும். உனக்கு நாளை வரும். அவ்வளவுதான் வித்தியாசம். ஆனால் அவ்வாறான மரணம் நீங்கள் வணங்கும் உங்கள் தெய்வம் காளி மாதாவிற்காகப் பலியாகி எனது உயிர் பிரிகிறதென்றால் அதனால் கிடைக்கும் பலன்கள் உங்களுக்கு மட்டுமல்ல, எனக்கும்தான் என்பதையும் நான் நன்கு அறிவேன்.

ஆனால் அதற்கு முன்பாக உங்களிடம் ஒன்றைச் சொல்லிக் கொள்ள ஆசைப்படுகிறேன். நான் இந்த மண்ணில் பிறப்பெடுத்து வந்ததின் நோக்கம் இன்னும் நிறைவேறவில்லை. புத்த பிரானுக்கு ஞானம் கிடைத்த போதி மரத்தின் நிழலைப் பார்க்க வேண்டும்.

ஆனால் அந்த பாக்யம் இன்னும் எனக்குக் கிடைக்கவில்லை. அதற்காகத்தான் நான் பல ஆயிரம் மைல்களைக் கடந்து இங்கு வந்துள்ளேன். எனது நோக்கம் இன்னும் நிறைவேறாத நிலையில் எனது உயிரை நீங்கள் என்ன பெயரில் எடுத்தாலும் அது பலியாக இருக்காது. கொலையாகத்தான் அமையும். அதனால் மிகப்பெரிய பாவத்திற்கு நீங்கள் ஆளாகுவீர்கள். இந்த உண்மையை முதலில் நீங்கள் புரிந்துகொள்ள வேண்டும்" என்று நீண்ட பிரசங்கம் செய்தார்.

ஆனால் அது அந்தக் கொள்ளையர்களின் மனதை மாற்ற வில்லை. மாறாக அதைக் கிண்டலும் கேலியும்தான் செய்தார்கள்.

"துறவியே! நீ என்ன கூறினாலும் எங்களுக்குப் பாவம் பிடிக்கவே செய்யாது. உன்னைப் பலியிடுவதன் மூலம் எங்கள் பாவங்கள் அனைத்தும் நீங்கிவிடும் என்பதே உண்மை. இதை நாங்கள் மனப்பூர்வமாக நம்புகிறோம். வருஷம்தோறும் காளிக்குப் பூஜை நடத்தி சர்வலட்சணம் பொருந்திய ஒருவனைப் பலியிடுவது எங்கள் வழக்கம். இது இன்று நேற்றல்ல, காலம்காலமாக நடந்து வருகிறது. இவ்வாறு பலியிடுவதால்தான் நாங்கள் இப்போதும் செழிப்புடன் நலமாக வாழ்ந்து வருகிறோம்.

இந்த ஆண்டு அப்படிப்பட்ட மனிதன் ஒருவனைப் பல நாட்களாகத் தேடி நாங்கள் அலுத்துப்போய்விட்டோம். இப்போது அந்த ஆளாக நீ கிடைத்திருக்கிறாய். இது எங்கள் அதிர்ஷ்டம். இதுபோன்ற ஒரு நல்ல வாய்ப்பை இழப்பதற்கு எப்படி நாங்கள் சம்மதிப்போம்?

இந்தப் பிறவியில் உனது நோக்கம் நிறைவேற வில்லை என்றால் அடுத்த பிறவியில் இந்த நோக்கத்தை நீ நிறை வேற்றிக் கொள். வேறு வழியில்லை. நாங்கள் உன்னைப் பலி கொடுப்பதில் உறுதியாக இருக்கிறோம்" என்றான் அந்தக் கும்பலின் தலைவன் திட்டவட்டமாக.

ஒருவன் யுவான் சுவாங்கின் கைகள் இரண்டையும் முன் புறமாக இறுக்கமாகக் கட்டினான். அவரது தலையில் ஒரு சொம்பு கங்கை நீர் ஊற்றப்பட்டது.

தயாராக அமைக்கப்பட்டிருந்த அந்த மேடையில் யுவான் சுவாங்கை மல்லாக்க வானத்தைப் பார்த்தபடி படுக்க வைத்தனர். அவரது கழுத்து நன்றாக வெளியே தெரியும் விதமாக அவரை சரிசெய்தனர்.

ஒருவன் தனது கூர்மையான வாளைத் தலைக்கு மேலே ஓங்கியபடி கழுத்தை இரண்டு துண்டாக வெட்டும் விதத்தில் குறி பார்த்துத் தயாராக இருந்தான்.

அருகில் அமரவைக்கப்பட்டிருந்த துறவிகள் அனைவரும் அழுது புலம்பியவாறு இருந்தனர். எப்படியாவது சீனத் துறவியைக் காப்பாற்றுமாறு கொள்ளையனை வேண்டிக் கொண்டே இருந்தனர். சிலர் கடவுளைத் தீவிரமாகப் பிரார்த்தித்துக் கொண்டும் இருந்தனர்.

அப்போதும் முகத்தில் பயமோ, கவலையோ, கலக்கமோ இல்லாதவராகவே காட்சியளித்தார் யுவான் சுவாங். கடைசி முயற்சியாக ஒரு விண்ணப்பம் செய்தார்.

“கடைசியாகக் கடவுளிடம் பிரார்த்தனை செய்ய வேண்டும். அதற்காவது அனுமதி அளிப்பீர்களா?” என்று கேட்டார்.

“அவ்வளவுதானே! நன்றாகவே பிரார்த்தனை செய். அடுத்த பிறவியிலாவது உனது நோக்கம் நிறைவேற வேண்டும் என்றும் பிரார்த்தனை செய்” என்று கிண்டல் செய்தான் தலைவன்.

கொள்ளையன் ஒருவனை அழைத்து அவரது கைகளின் கட்டைப் பிரித்துவிடுமாறு கட்டளையிட்டான்.

அந்த மேடையிலேயே பத்மாசனமிட்டு அமர்ந்தார் யுவான். கண்களை இறுக மூடிக்கொண்டார். ஆழ்ந்த பிரார்த்தனையை ஆரம்பித்தார்.

துறவிகள் அனைவரும் யுவான் சுவாங்கையே வைத்த கண் வாங்காமல் பார்த்துக் கொண்டிருந்தனர். அப்போது அந்த சீனத் துறவியின் பின்னே மிகப் பெரிய ஒளிவட்டம் ஒன்று தெரிந்ததை அவர்கள் பார்த்து பூரிப்படைந்தனர்.

கொள்ளைக்காரர்களோ பிரார்த்தனையை எப்போது இந்த மனிதர் முடிப்பார் என்று எரிச்சலோடு காத்திருந்தனர்.

சற்று நேரத்தில் அந்தப் பகுதியில் கரிய மேகக் கூட்டங்கள் திடீரென்று கூடிக்குலாவின. திடீரென்று ஒரு பெரும் இருள் சூழ்ந்தது.

மிகப் பயங்கரமான கண்ணைப் பறிக்கும் அளவிற்கு மின்னல் ஒன்று அந்த பலிபீடத்தைத் தாக்கியது.

சூறைக்காற்று சுழன்று சுழன்று அடித்தது.

கங்கா தேவி ஆவேசமடைந்தாள். ஆளுயரத்திற்குப் பொங்கி எழுந்தாள்.

இதைப்பார்த்த புத்த பிட்சுகள் அனைவரும் பயந்து போய் அலறத் துவங்கினர்.

கொள்ளையர்களோ நடுக்கமடைந்தனர். தங்கள் கைகளில் பிடித்திருந்த ஆயுதங்களைத் தரையில் போட்டனர். அப்படியே யுவான் சுவாங்கின் பாதத்தில் போய் விழுந்து தங்களை மன்னித்து விடுமாறு புலம்பினர்.

புத்தத் துறவியான ஆதித்தன் சீனத் துறவியின் அருகில் சென்று அவரை உலுக்கிக் கண்விழிக்கச் செய்தார்.

பிரார்த்தனை அத்துடன் முடிந்தது.

கண்விழித்தார் சீனத் துறவி.

மேகங்கள் கலைந்து போயின.

இருள் விலகியது.

வெளிச்சம் மீண்டும் வந்தது.

கங்கா தேவி சாந்தமானாள்.

சூறைக்காற்று அமைதியாகியது.

தனது பாதங்களில் வீழ்ந்து கிடந்த கொள்ளையர்களை மன்னித்தருளிய யுவான் சுவாங், "நீங்கள் பாவம் செய்தால் உங்களுக்கு அவிச்சி என்ற பயங்கர, கொடூரமான நரசம்தான் கிடைக்கும்" என்று எச்சரித்தார்.

பின்னர் அவர்கள் அனைவருக்கும் பகவான் புத்தரின் தர்மத்தை உபதேசம் செய்தார்.

அதனைக் கேட்டு உணர்ச்சிவசப்பட்டுக் கண்ணீர் சிந்திய அவர்கள் அனைவரும் பின்னர் புத்த மதத்தைத் தழுவினர்.

உபதேசம்

சீனாவில் இருந்து இந்தியாவை நோக்கிப் புறப்பட்ட யுவான் சுவாங் வழியில் எத்தனையோ நாடுகளைக் கடந்து வந்திருந்தார். அங்கு எத்தனையோ மன்னர்களையும் அவர் சந்தித்திருந்தார்.

அவ்வாறு சந்தித்த மன்னர்களில் ஒருவர் கான். யுவானை ரொம்பவே இவருக்குப் பிடித்துப் போயிற்று. இவர் தமது நாட்டில்

தனது அரண்மனையிலேயே தங்கி இருந்தால் நல்ல பலமாகவும், அறிவுப் பாதைக்கு வழிவகுப்பதாகவும் இருக்கும் என்று நினைத்தார். தொடர்ந்து இந்தியாவை நோக்கி அவர் பயணிப்பதை விரும்பவில்லை.

எனவே யுவான் சுவாங்கிடம், "துறவியே! தாங்கள் சிந்து நதியைக் கடந்து செல்ல விரும்புகிறீர்கள். ஆனால் அந்தப் பகுதியைப் பற்றி நான் நிறைய அறிந்திருக்கிறேன். அங்கிருப்போர் கரிய நிறமுடையவர்கள் என்றும், நாகரீகமே இல்லாதவர்கள் என்றும் கேள்விப்பட்டுள்ளேன். மேலும் அங்கு கோடை காலத்தில் கடுமையான வெயில் இருக்கும் என்றும், குளிர் காலத்தில் தாங்க முடியாத அளவிற்குக் குளிராக இருக்கும் என்றும் கூறுகிறார்கள். அப்படிப்பட்ட நாட்டிற்கு, இன்னும் பல கஷ்டமான பயணம் செய்து செல்ல வேண்டியது அவசியம்தானா? உங்கள் பயணத் திட்டத்தை மாற்றிக் கொண்டு ஏன் இங்கேயே நீங்கள் தங்கக் கூடாது?" என்று கேட்டார் மன்னர் கான்.

"கடினமான பயணம் என்பது எனக்குப் பழகிவிட்டது. எனவே கடினம் என்பது இனிமேல் எனக்குக் கடினமே கிடையாது. மேலும் நான் செல்லும் பிரதேசத்து மக்களைப் பற்றியோ, அங்குள்ள காலநிலையைப் பற்றியோ கவலைப்படுவது அர்த்த மற்றது. ஏனென்றால் என்னுடைய நோக்கம் பகவான் புத்தர் பிறந்த அந்தப் புண்ணிய மண்ணைத் தொட்டு வணங்க வேண்டும் என்பது தான். அந்த ஒரே நோக்கத்திற்காகவே இவ்வளவு கொடிய பயணத்தை நான் மேற்கொண்டேன். எனவே எனது பயணத்தைத் தடுத்து நிறுத்த வேண்டும் என்ற எண்ணத்தைத் தயவு தாங்கள் மாற்றிக் கொள்ளுங்கள். வேறு ஏதாகிலும் என்னால் தங்களுக்கு உதவ முடியுமானால் தாராளமாகக் கேளுங்கள்" என்றார் யுவான் சுவாங்.

"அப்படியானால் உங்களிடம் நான் ஒன்றைக் கேட்கிறேன். எனது வாழ்வில் நான் கடைப்பிடிக்க வேண்டியதாக ஏதேனும் ஒரு நல்ல அறிவுரையை வழங்கிவிட்டுத் தங்கள் பயணத்தைத் தொடருங்கள்" என்றார் மன்னன் கான்.

சில மணித்துளிகள் அமைதியாகக் கண்ணை மூடி யோசித்த சீனத் துறவி, "புத்த பிரான் ஞானம் பெற்ற பிறகு உருவேலா என்னும் கிராமத்தில் நிரஞ்சனா நதிக் கரையில் சில நாட்கள் தங்கி இருந்தார். அப்போது அவருக்கு உதவி செய்யும் பேறு சுஜாதா என்ற பெண்மணிக்குக் கிடைத்தது. ஒருநாள் மிகச்

சாதாரண, ஆனால் அதிகப் பொருள் நிரம்பிய ஒரு உண்மையை உபதேசித்தார்.

புளியம் பழம் பறித்து வருமாறு சுஜாதா மற்றும் அங்கிருந்த சிறுவர்களிடம் கூறினார். அவர்கள் கொண்டுவந்த புளியம்பழத்தை அவர்களுக்கும் கொடுத்து புத்தரும் சுவைத்து உண்டார். அனைவரும் உண்டு முடித்ததும், 'பழம் எப்படி இருந்தது?' என்று கேட்டார். எல்லோரும் ஒரே குரலில், 'ரொம்ப நன்றாக இருந்தது' என்றார்கள்.

அப்போது அவர்களிடம், 'நீங்கள் எல்லோரும் பொதுவாக நன்றாக இருந்தது என்கின்றனர். ஆனால் நான் இந்தப் பழத்தின் ஒவ்வொரு கொட்டையாகப் பிய்த்துத் தின்றேன். ஒவ்வொன்றின் மணமும், ருசியும் தனித்தனியாக இருந்ததை என்றால் புரிந்து கொள்ள முடிந்தது. ஏனென்றால் புளியம்பழத்தை உண்ணும்போது என் முழுக் கவனத்தையும் அதில் பதித்திருந்தேன். இதைப்போலத் தான் ஒவ்வொரு நொடிப் பொழுதையும் ஒவ்வொரு செயலையும் நான் கவனமாகவும் விழிப்புணர்வோடும் செய்கிறேன். நீங்களும் இதேபோன்ற விழிப்புணர்வுடன் எப்போதும் இருக்க வேண்டும்' என்று அறிவுறுத்தினார் பகவான். அப்படித்தான் மன்னராகிய தாங்களும் எப்போதும் கவனமாகவும், விழிப்புணர்வோடும் இருக்க வேண்டும்.

துக்கம் என்பதும் ஒவ்வொரு மனிதரின் வாழ்விலும் இரண்டறக் கலந்துள்ளது. எக்காரணம் கொண்டும் அதைத் தவிர்க்கவே முடியாது. துக்கம் வருவதற்கான காரணங்களை யோசிக்க வேண்டும். பிறவற்றின் மீது வைத்திருக்கும் அதீத பற்றும், பாசமும், எதிர்பார்ப்பும்தான் துக்கங்களுக்கான காரணம். எனவே அவற்றில் இருந்து உங்களை விடுவிப்பதைப் பற்றி யோசிக்க வேண்டும். அதாவது பற்றி அறுப்பதைப் பற்றி ஆழ்ந்து சிந்திக்க வேண்டும்" என்று உபதேசித்தார் யுவான் சுவாங்.

பொறுமையாகக் கேட்ட மன்னன், தனது இரு கரங்களையும் தலைக்கு மேலாக உயர்த்தி சீனத் துறவியை வணங்கினான்.

துறவியே மீண்டும் தொடர்ந்தார்.

"சில தினங்களுக்கு முன்பாக உங்களுக்கு பத்து சீலங்களை உரைத்தேன். அவற்றை மீண்டுமொருமுறை நினைவூட்ட ஆசைப் படுகிறேன். கொல்லாமை, களவு புரியாமை, அசுத்தச் செயல்களைச் செய்யாமை, இரட்டை நாக்குடன் பேசாமை, பொய் சொல்லாமை, கெட்ட வார்த்தைகளை உதிர்க்காமை, வெற்றுப் புகழ்ச்சி

வார்த்தைகளைப் பயன்படுத்தாமை, கோபம் கொள்ளாமை, மதக் கொள்கைகளை எதிர்க்காமை, பெருமையடித்துக் கொள்ளாமை ஆகியவைதான் அந்த சீலங்கள். இவற்றை மட்டும் கட்டாயமாகக் கடைப்பிடிப்பதை உன் கடமையாக வைத்துக் கொள்" என்றார்.

யுவான் சுவாங்கின் இந்த உபதேசங்களால் குளிர்ந்துபோன மன்னன் கான், அப்படியே நெடுஞ்சாண்கிடையாகத் தரையில் வீழ்ந்து வணங்கினான்.

அப்போது மன்னனின் தலையில் கட்டியிருந்த நீண்ட துணி அவிழ்ந்துவிட்டது.

அவரது நீளமான தலை முடி தரையில் விழுந்து கொட்டியது.

அதனைப் பார்த்த சீனத் துறவி பிரமித்துப் போனார்.

மன்னனின் தலைப்பாகைக்குள் இவ்வளவு நீளமான முடி இருக்கும் என்று அவர் கனவிலும் நினைத்தது கிடையாது. அத்தனை நீளமாக இருந்தது.

எப்படியும் பத்தடிக்குக் குறையாமல் இருக்கும். அவரது அந்தக் கரிய முடியைப் பணியாளன் ஒருவன் ஓடிவந்து சுருட்டி, தலையில் கட்டி, மீண்டும் அந்தப் பட்டுத் துணியால் சுற்றி, தலைப்பாகையாக அணிவித்தான்.

அன்றிரவு யுவான் சுவாங் தங்கியிருந்த இடத்திற்கு வெளியே காவ்சாங் என்னும் இடத்தில் இருந்து அவருடன் வந்தவர்கள் கும்பலாக அமர்ந்து பேசிக்கொண்டிருந்தனர். அவர்களின் பேச்சு மன்னன் கானின் தலைமுடியைப் பற்றியதாக இருந்ததால் யுவான் சற்றே கூர்ந்து கேட்டார்.

"நம் குருநாதர் மன்னனுக்கு பத்து சீலங்களை உபதேசித்தார். ஆனால் அந்தப் பத்தில் ஒன்றாகத் தலைமுடியை நன்றாக வெட்டி சீர்செய்வதைப் பற்றியும் உபதேசித்திருந்தால் நன்றாக இருந்திருக்கும்" என்றார் ஒருவர்.

இதைக்கேட்டு அனைவரும் குலுங்கிக் குலுங்கிச் சிரித்து மகிழ்ந்தனர்.

மறுநாள் காலையில் மன்னனிடம் யுவான் சுவாங் விடை பெற்றபோது அவருக்குத் துணையாக சீன மொழியும், செல்ல இருக்கும் இடங்களில் பேசப்படும் மொழியும் அறிந்த மொழி பெயர்ப்பாளன் ஒருவர் உட்பட பலரை அனுப்பி வைத்தார் கான்.

மட்டுமல்லாமல் சிவப்பு நிறத்திலான ஐம்பது பட்டுத் துணிகள் உட்பட நிறைய பொருட்களையும் பரிசாக அளித்தார். அத்துடன் வெகுதூரம் தனது அமைச்சர்கள் மற்றும் படை வீரர் களுடன் வந்து யுவான் சுவாங்கைக் கண்ணீர் மல்க விடை கொடுத்து அனுப்பினார் மன்னர்.

மோட்ச குப்தருடன் மோதல்

மோட்சகுப்தர் என்ற அறிஞர் வசித்த கியூச்சி என்னும் நகரை அடைந்தார் யுவான் சுவாங். சாஸ்திர விவகாரங்களில் அவர் என்ன சொல்கிறாரோ அதுவே முடிவாக இருக்கும். அந்த அளவிற்கு நிறைய படித்தவர் என்பதால் அவர்மீது சீனத் துறவிக்கு மிகுந்த மரியாதை இருந்தது.

அவ்வாறான ஒரு அறிவுஜீவியோடு அந்நாட்டு அரண்மனை யில் சந்திப்பு நிகழ்ந்தது யுவான் சுவானுக்கு.

வயதில் மூத்தவராக இருந்தபோதிலும் பண்பு கருதி தமது ஆசனத்தில் இருந்து எழுந்து யுவானை வரவேற்றார் மோட்ச குப்தர். அவரது நெடிய பயணத்தைப் பற்றி மிகுந்த ஆர்வத்தோடு கேட்டறிந்தார்.

சீனத் துறவியும் சுருக்கமாகத் தனது பயணத்தை அவரிடம் விவரித்தார். அதற்கு மோட்சகுப்தர் மிகச் சாதாரணமாக, "நீங்கள் ஏன் இவ்வளவு கடினமான பயணத்தை மேற்கொள்கிறீர்கள்? இங்கேயே சம்யுக்தாபிதர்மா, கோஷம், விபாஷம் அனைத்தும் உள்ளன. அவற்றை இங்கேயே கற்கலாம். எனவே ஆபத்தான இந்தப் பயணத்தைக் கைவிட்டுவிடுங்கள். உங்கள் உடம்பு தாங்காது" என்று சற்று மென்மையாக நக்கல் கலந்தோட அறிவுறுத்தினார் மோட்சகுப்தர். அப்போது அவரது இதழோரம் மெல்லிய கிண்டல் தொனிக்கும் புன்னகை அரும்பியது..

"நான் பயணத்தைத் தொடர்வதைப் பற்றி அப்புறமாகப் பேசலாம். இங்கே யோக சாஸ்திரம் இருக்கிறதா இல்லையா?" என்று சட்டென்று கேட்டார் யுவான்.

இந்தக் கேள்வி மோட்சகுப்தருக்கு எரிச்சலைத் தந்தது. கோபம் வந்தது. "இந்த நூலைப் பற்றி ஏன் இங்கே பேசுகிறீர்கள்? அது புத்தரின் உண்மையான சீடர்கள் படிக்க அருகதை இல்லாதது" என்று தன் கோபத்தை இவ்வாறு வெளிப்படுத்தினார் மோட்சகுப்தர்.

ஆனால் இந்தப் பதில் யுவானுக்கு சினத்தை வரவழைத்தது. "உங்களை மெத்தப் படித்த அறிவுஜீவி என்று நினைத்திருந்தேன். ஆனால் அதை நான் மாற்றிக் கொள்ள வேண்டும் என்கிற மாதிரி அல்லவா உங்கள் பேச்சு அமைந்திருக்கிறது. எங்கள் தேசத்திலும் கோஷமும் விபாஷமும் உண்டு. அவற்றை நான் கற்றேன். ஆனால் அவற்றில் மொழிவளமும், கருத்தாழமும் தேவையான அளவிற்கு இல்லாததுபோலத் தோன்றியது. அது எனக்கு வருத்தமளித்தது.

எனவேதான் மகாயானத்தின் யோகசாஸ்திரம் கற்பதற்காக இந்தப் பயணத்தை மேற்கொண்டேன். ஆனால் நீங்களோ அடுத்த புத்தராக வர இருக்கும் போதிசத்துவரான மைத்ரேயர் உபதேசித்த யோகசாஸ்திரத்தைப் பயனற்ற நூல் என்கிறீர்கள். அப்படியானால் நீங்கள் நரகக் குழியில்தான் விழ வேண்டியிருக்கும்" என்றார் ஆத்திரத்தோடு.

இப்படியொரு நேரடியான எதிர்ப்பை மோட்சகுப்தர் எதிர் பார்க்கவே இல்லை. இருப்பினும் தனக்கேற்பட்ட அதிர்ச்சியை வெளிக்காண்பிக்காமல் ஒரு குருவானவர் தனது மாணவனைப் பார்ப்பதைப்போல யுவான் சுவாங்கை அலட்சியமாகப் பார்த்தார்.

"விபாஷம் உள்ளிட்டவற்றின் சூத்திரங்களை நீங்கள் முழுமையாகப் படித்து அறிந்திருக்கவில்லை. அப்படி அறிந்தால் தானே அதில் ஆழமான அம்சங்கள் இருக்கிறதா இல்லையா என்பது தெரியும்" என்றார் மோட்சகுப்தர் கிண்டலும் நக்கலுமாக. அதாவது அவற்றைப் படிக்காமலேயே அவற்றைப் பற்றிக் குறை கூறுவதாகக் குற்றம் சாட்டினார்.

இது யுவான் சுவாங்கின் கோபத்தை மேலும் அதிகரித்தது. அவற்றை நன்கு கற்றறிந்தவர் என்பதால் மோட்சகுப்தர் அவற்றை நன்றாகப் படிக்காமல் பேசுகிறார் என்ற உண்மையையும் புரிந்து கொண்டார்.

தன்னிடம் வசமாகச் சிக்கிக் கொண்டுவிட்டார் என்று நினைத்தார்.

"இந்த சாஸ்திரங்களை நீங்கள் மிகவும் நன்றாக அறிந்துள்ளீர்கள், அப்படித்தானே?" என்று கேட்டார்.

"யாரைப் பார்த்து இப்படிக் கேட்கிறீர்கள்? இவற்றை மிக நன்றாகவே அறிந்து வைத்துள்ளேன். ஆனால் ஒழுங்காகப் படிக்காமல் நீங்கள் இருப்பதுதான் எனக்கு வியப்பாக இருக்கிறது" என்றார் மோட்சகுப்தர்.

உடனே அதன் ஆரம்ப சாஸ்திரம் ஒன்றை மடை திறந்த வெள்ளம்போலக் கூறிய யுவான் சுவாங், "இதற்கு அடுத்த பகுதியைக் கூறுங்கள்" என்று சவால்விடுகிற மாதிரியாகக் கூறினார்.

இப்படித் தடாலடியாக நடந்து கொள்வார் என்பதைச் சற்றும் எதிர்பாராத மோட்சகுப்தர் தடுமாறித்தான் போனார். சற்று நினைவுபடுத்திப் பார்த்துக் கொண்டு அதற்கடுத்தாற்போல் வரும் சில வரிகளை மட்டும் திக்கித் திணறிக் கூறினார். ஆனால் முழுவதையும் அவரால் கூறமுடியவில்லை.

"தங்களுக்கு மிகவும் வியர்ப்பதுபோல இருக்கிறது. முகத்தைத் துடைத்துக் கொள்ளுங்கள்" என்று இன்னும் வெறுப்பேற்றினார் யுவான்.

உடனே தனது பட்டுத்துணியை எடுத்து முகத்தை நன்றாகத் துடைத்துக் கொண்டார். ஆனாலும் நெஞ்சு படபடவென்று அடித்துக் கொண்டே இருந்தது. உடம்பும் பதற்றமாக இருந்தது.

"இதை விட்டுவிடுங்கள். இதன் வேறு பகுதிகளில் இருந்து சோதனை நடத்துங்கள்" என்று மீண்டும் சவாலுக்குத் தயாரானார் மோட்சகுப்தர்.

உடனே இன்னொரு பகுதியில் இருந்து சில வரிகளைக் கூறித் தொடரும்படிக் கேட்டுக் கொண்டார்.

அவரால் முடியவில்லை. தடுமாறினார்.

பரவாயில்லை என்று வேறொரு பகுதியில் இருந்தும் கேட்டார்.

அதற்கும் மோட்சகுப்தரால் பதிலளிக்க முடியவில்லை.

ஆனால் தனது தோல்வியை மறைப்பதற்காக, "நீங்கள் சொல்லும் இந்த வரிகள் எதுவும் அந்த சாஸ்திரத்திலேயே இல்லை. வேறு ஏதோ ஒன்றைப் படித்துவிட்டு என்னிடம் தப்புத்தப்பாகக் கேட்கிறீர்கள்" என்று குற்றச்சாட்டை எழுப்பினார்.

சபையில் மன்னரின் உறவினராக புத்த பிட்சு ஒருவரும் அமர்ந்திருந்தார். அவர் உடனே சுவடிகளில் ஆராய்ந்து பார்த்தார். யுவான் சுவாங் கூறிய வரிகள் அதிலிருப்பதைக் கண்டறிந்தார். அதனை மன்னரிடமும் தெரிவித்தார்.

தனது பொய் வேஷம் கலைவதைச் சட்டென்று உணர்ந்த மோட்சகுப்தர் அப்படியே தடாலென்று கீழே விழுகிற மாதிரி பேசினார்.

"எனக்கு வயதாகிவிட்டது. நினைவாற்றல் குறைந்து போனது. யுவான் சுவாங் இளைஞர். அதனால் அவருக்கு நினைவாற்றல் நன்றாக இருக்கிறது" என்று அசடு வழிந்தார்.

ஆனால் மோட்சகுப்தரை விடவும் யுவான் சுவாங்தான் அறிவாளி என்ற உண்மையை சபை ஏற்றுக் கொண்டது. அந்தப் போட்டியில் யுவான்தான் வென்றார்.

தவறான கொடிய தண்டனை

சாமர்கண்ட் நாட்டை அடைந்த யுவான் சுவாங், அந்நாட்டு மன்னரைச் சந்திப்பதற்கு அனுமதி கேட்டார்.

அந்த நாட்டைப் பொருத்தமட்டில் பல ஆண்டுகளுக்கு முன்னர் பௌத்தம் அங்கே அறிமுகம் செய்யப்பட்டது. ஆனாலும் யாரும் அதை ஆதரிக்க முன்வராத காரணத்தால் பௌத்த மதம் செல்வாக்கின்றி போயிற்று.

யுவான் சுவாங் தமது குழுவினரோடு அங்கு சென்றபோது புத்த மதத் துறவிகளுக்கு சிறிதளவுகூட அங்கே மதிப்போ, மரியாதையோ இல்லை. இவர்கள் வீதிகளில் சென்றபோது மக்கள் கெட்ட வார்த்தைகளால் அர்ச்சனை செய்தனர். சில இடங்களில் கல்வெறியவும் செய்தனர்.

சுருக்கமாகச் சொல்லப்போனால் புத்த மதம் அங்கே இம்மியளவும் இல்லாமல் இருந்தது. ஆனாலும் புத்த விகாரைகள் ஒருசில காணப்பட்டன. அவையும் முறையான பராமரிப்பு இல்லாமல் பாழடைந்து காணப்பட்டன.

எனவே அந்நாட்டு மன்னரைச் சந்திப்பதற்காக சீனத்து புத்தத் துறவி ஒருவர் வந்திருப்பதாகச் சொன்ன சேதி மன்னருக்கு அத்தனை முக்கியமாகத் தெரியவில்லை. சிறப்பு அழைப்பு எதுவும் இல்லாமல் சாதாரண விருந்தினர்களுக்குரிய முக்கியத்துவம் அளித்து உள்ளே வர அனுமதி வழங்கப்பட்டது.

பார்வையாளர்கள் ஒவ்வொருவராக மன்னரைச் சந்தித்து விட்டுச் சென்று கொண்டே இருந்தனர். யுவான் சுவாங்கின் முறை வந்ததும் அவரும் உள்ளே அனுமதிக்கப்பட்டார்.

காவி உடையுடன் காணப்பட்ட அவரைக் கண்டதும் அரங்கத்தில் ஒரு சிறு சலசலப்பு ஏற்பட்டது. அவரது முக தீட்சண் யத்தைப் பார்த்து ஒருசிலர் இருக்கையை விட்டு எழுந்து வணக்கம் தெரிவித்தனர். இன்னும் சிலர் அந்தத் துறவியின் கண்ணியமான

முகத் தோற்றத்தைப் பார்த்து உள்ளுக்குள் மின்சாரம் பாய்கிற உணர்ச்சியைப் பெற்றனர்.

ஏன் மன்னருக்குக்கூட அப்படியொரு அதிர்ச்சி ஏற்பட்டது. ஏனோ இருகரம் கூப்பி அந்த பிட்சுவை வரவேற்க வேண்டும் என்று உள்ளுணர்வு அவரை உந்தித்தள்ளியது.

அப்படியே துறவியை வரவேற்ற மன்னர், யுவான் அமர்வதற்கு வசதியாக தகுதியான ஆசனம் ஒன்றை அமைத்துத் தருமாறு ஆணையிட்டார்.

அப்படிப்பட்ட பெருமைக்குரிய இருக்கையில் அமர்ந்தார் சீனத் துறவி. அந்த அவை முழுவதையும் ஒருமுறைத் தனது கண்களைச் சுழலவிட்டுப் பார்த்தார்.

"அமைதியின் மொத்த வடிவமாய்க் காட்சியளிக்கும் துறவியே! தங்களைப் பற்றி நான் விரிவாகத் தெரிந்து கொள்ளலாமா?" என்று சற்று தணிந்த குரலில் பணிவோடு கேட்டார் மன்னர்.

"யுவான் சுவாங் என்றே பலரும் அழைக்கின்றனர். ஆனால் இந்தப் பெயர் ஒரு அடையாளமே தவிர வேறெதுவும் அதற்குக் கிடையாது. ஏனென்றால் நிரந்தரமானது என்று எதுவுமே இந்த உலகில் கிடையாது அல்லவா!" என்றார் அமைதியாக.

இப்படியொரு பதிலை மன்னரும் மற்றவர்களும் எதிர்பார்க்க வில்லை. "அப்படியென்றால் என்னோடு பேசிக் கொண்டிருப்பது யார்?" என்று கேட்டார்.

"பல்வேறு பொருண்மைகளால் ஆன ஒரு உருவம். அதன் மனம்" என்றார் யுவான்.

"அதாவது உங்களது ஆன்மா என்று எடுத்துக் கொள்ளலாம் அல்லவா?" என்று கேட்டார் மன்னர்.

"ஆன்மா என்றும் எதுவும் கிடையாது. இந்த உடலின் காரியங்களால் விளையும் கர்மம் மட்டுமே உள்ளது".

"தங்களது பதில் எனக்குப் புரியவில்லை. நன்றாகப் புரியும்படிச் சொல்லுங்கள்".

மன்னரை சற்றுக் கூர்ந்து உற்று நோக்கினார் யுவான் சுவாங். "அப்படியானால் நான் சில கேள்விகளை உங்களிடம் கேட்க வேண்டியிருக்கும். பரவாயில்லையா?" என்று அனுமதி கேட்டார்.

"பரவாயில்லை" என்றார் மன்னர்.

"மன்னா! குழந்தையாக இருந்த நீங்களும், பத்து வயதான போது இருந்த நீங்களும் ஒன்றா?"

"நிச்சயமாக இல்லை".

"பதினாறு வயதில் இருந்த நீங்களும் இப்போதிருக்கும் நீங்களும் ஒன்றா?"

"அதுவும் இல்லை."

"ஆக, உலகில் உள்ளவை அனைத்தும் ஒவ்வொரு கணப் பொழுதிலும் மாற்றத்தை அடைந்து கொண்டே இருக்கின்றன. நிலையானது என்று எதுவுமே இல்லை. அதுபோலத்தான் மனிதனின் மனமும்.,

'தான்' என்கிற உணர்வும்கூட மாறுதல் அடைந்து கொண்டே இருக்கின்றன. இவ்வாறு உலகில் உள்ள எல்லாமும் மாறிக் கொண்டே இருக்கும்போது ஆன்மா மட்டும் இந்த உடலை மீறித் தனியாக நிலைத்து நிற்கிறது என்பது எப்படிச் சரியாக இருக்க முடியும்? அதுவும் தவறே" என்று விளக்கம் அளித்தார் யுவான் சுவாங்.

விளக்கம் ஏற்கத்தக்கதாக இருக்கவே, மன்னர் அடுத்த கேள்விக்குத் தாவினார். "மறுபிறவிகள் உண்டா?"

"நிச்சயமாக உண்டு."

"அப்படியானால் இந்தப் பிறவியில் இருக்கும் ஒருவன் மறு பிறவி எடுக்கும்போது பிறப்பது யார்? அவனா அல்லது வேறொரு ஆளா?"

"இவனும் கிடையாது. வேறொரு ஆளும் கிடையாது."

"குழப்பமாக இருக்கிறது துறவியாரே!"

"பாலை எடுத்துக் கொள்ளுங்கள். அது தயிராகிறது. அப்புறம் வெண்ணெய், நெய் என்றெல்லாம் மாற்றமடைகின்றன. அதற்காக தயிர், வெண்ணெய், நெய் எல்லாவற்றையும் பால் என்று சொல்ல முடியுமா?

அவை அனைத்தும் பாலில் இருந்தே பிறந்தாலும் அவற்றை வேறு பொருட்கள் என்று சொல்வதும் சரியாக இருக்காது. அவை பாலும் கிடையாது. பால் இல்லாத வேறு பொருட்களும் கிடையாது. அப்படித்தான் மறுபிறவியும். அது நீங்களும் கிடையாது. வேறொருவரும் கிடையாது."

சீனத் துறவியின் விளக்கத்தைக் கேட்டு மன்னர் உட்பட அங்கு திரண்டிருந்த மன்னர்கள், புலவர்கள், அறிஞர்கள் மற்றும் ஏனையோர் அனைவருமே பிரமித்துப் போயினர்.

இவர் சாதாரணத் துறவியே கிடையாது என்று மன்னரின் உள்ளுணர்வு அழுத்தம் திருத்தமாகக் கூறியது. அவரின் மீது இனம் புரியாத அன்பும் மரியாதையும் பொங்கி வழிந்தது.

அதன்பிறகும் தொடர்ந்து பேசினார் யுவான். பிறப்பின் தொடர்ச்சியை அறுக்க முடியும் என்பதைப் பற்றியும் அந்த அவையில் விளக்கினார் அவர்.

அவரது உரையை உன்னிப்பாகக் கவனித்த மன்னர் கடைசி யாகச் சீனத் துறவியின் அருகே வந்து பணிந்து வணங்கினான்.

“நானும், இந்த அவையில் உள்ள அனைவரும் தங்களின் போதனையை முழுவதுமாக ஏற்றுக்கொண்டு விட்டோம். அதே போல என் நாட்டு மக்களும் தங்கள் போதனையைச் செவிமடுத்து அவர்களும் இதனை ஏற்று நடக்க வேண்டும் என்று ஆவலாக உள்ளது. குடிமக்கள் திரளுகிற அளவிலான பெரும் கூட்டத்திற்கு ஏற்பாடு செய்கிறேன். தாங்கள் அங்கு உரை நிகழ்த்த வேண்டும்” என்று விண்ணப்பித்தார் மன்னர்.

யுவான் சுவாங் அதற்குச் சம்மதம் தெரிவித்தார்.

அவ்வாறே அடுத்த ஓரிரு தினங்களில் பொதுமக்கள் கூட்டம் ஒன்று நடைபெற்றது.

பெருந்திரளாகக் கூடியிருந்த அந்த மக்களிடையே உரை நிகழ்த்தினார் சீனத் துறவி. பகவான் புத்தரின் தத்துவங்களையும், அவரது மேலான கருத்துக்களையும் தெளிவாக விளக்கிப் பேசினார்.

இதனைக் கேட்ட பலர் புத்த பிட்சுவாக மாற முன்வந்தனர். அவ்வாறு வந்தவர்களை மனமுவந்து ஏற்றுக்கொண்டார் யுவான் சுவாங்.

இன்னும் சிலர் தனியாக அவரைச் சந்தித்து பௌத்தம் குறித்த தங்களது சந்தேகங்களைக் கேட்டு விளக்கம் பெற்று திருப்தி அடைந்தனர்.

இவ்வாறு அந்த நாட்டில் பௌத்தம் தழைத்தோங்கச் செய்தார் சீனத் துறவி.

இந்நிலையில் ஒருசில தினங்கள் கழித்து அவரைச் சந்திப்பதற்கு மன்னரே நேரில் வந்தார்.

யுவான் சுவாங்கும் அவரை வரவேற்றுப் பேசிக் கொண்டிருந்தனர்.

அப்போது வெளியே சென்றிருந்த அவரது புத்த பிட்சுகள் இரண்டு பேர் ஒருவித பதற்றத்துடன் அங்கே வந்தனர். அவர்களின் தோற்றம் தகாத சம்பவம் ஏதோ நிகழ்ந்ததைப்போலத் தெரிந்தது. அதிலும் ஒரு துறவியின் ஆடையில் சற்றே தீப்பிடித்து எரிந்ததைப் போன்று கருகிப்போய் இருந்தது..

அவர்களைக் கவனித்த மன்னர் பதறிப்போய், "என்ன நடந்தது பிட்சுளே?" என்று விசாரித்தார்.

"மன்னா! பாழடைந்து போய்க் கிடக்கும் புத்த விகாரைக்குச் சென்று பிரார்த்தனை செய்தோம். அப்போது அங்கு வந்த சிலர் தீப்பந்தத்தால் எங்களைத் தாக்கி அங்கிருந்து விரட்டிவிட்டனர். அவர்களிடம் இருந்து தப்பித்து இங்கே வந்தோம்" என்றனர்.

கோபத்தால் முகம் சிவந்த மன்னர், உடனே படைத் தலைவரை அங்கேயே அழைத்தார். இச்சம்பவத்திற்குக் காரணமானவர்கள் யாராக இருந்தாலும் அவர்களைக் கைது செய்து கரங்களைத் துண்டித்துவிடுமாறு உத்தரவிட்டார்.

படைத்தலைவரும் அந்த ஆணையை உடனடியாக நிறைவேற்றுவதாக வாக்களித்துவிட்டு அங்கிருந்து கிளம்ப முற்பட்டார்.

ஆனால் மன்னரின் கொடிய தண்டனையைக் கேட்டு யுவான் சுவாங் பதறிப்போனார்.. "இப்படிப்பட்ட கொடூரமான தண்டனை வழங்குவதற்கு புத்த துறவிகள் காரணமாக இருப்பதை என்னால் அனுமதிக்க முடியாது. தயவுசெய்து அவர்களுக்குத் தண்டனை எதுவும் விதிக்க வேண்டாம்" என்று மன்னரிடம் வேண்டிக் கொண்டார்.

"கொடிய செயலைச் செய்த அவர்கள் தண்டனைக்கு உரியவர்கள். தண்டிக்காமல் எப்படி இருக்க முடியும்?" என்று எதிர்க்கேள்வி கேட்டார் மன்னர்.

"தண்டனை என்பது சரிதான். ஆனால் அதற்காக இத்தகைய கொடிய தண்டனை அளிப்பதை நான் அனுமதிக்க மாட்டேன்" என்றார் உறுதியாக.

சற்று யோசித்த மன்னர், "அப்படியானால் அவர்களைக் கைது செய்து விசாரணை மன்றத்தின் முன்பு நிறுத்து. அப்புறம் பார்க்கலாம்" என்று கோபம் குறையாமலேயே படைத்தலைவருக்கு ஆணையிட்டார் மன்னர்.

அப்படியே ஏறத்தாழ பதினைந்து பேர் கொண்ட கும்பல் விலங்கிடப்பட்டு கைது செய்யப்பட்டனர். மறுநாள் அவர்கள் அனைவரும் விசாரணை மன்றத்தின் முன்பாக நிறுத்தப்பட்டனர்.

அவர்களிடம் மன்னர் விசாரணை நடத்தி முடித்து அவர் களின் கைகளைத் துண்டிக்குமாறு அதே பழைய தண்டனையையே மீண்டும் அறிவித்தார்.

ஆனால் இந்தத் தண்டனை வழங்குவதை எதிர்த்து யுவான் சுவாங் மன்றத்தில் எழுந்து பேச ஆரம்பித்தார்.

"தெரியாமல் இதுபோன்ற விரும்பத்தாகத தவற்றை அவர்கள் செய்துவிட்டனர். அதற்காகக் கைகளை வெட்டுவது போன்ற கொடிய தண்டனை அளிப்பது தவறு. புத்த பிட்சுகளைப் பொருத்தமட்டில் பிறரை வருத்தாமை, உயிர்களைக் கொல்லாமை போன்ற அகிம்சைக் கொள்கைகளைத் தீவிரமாகக் கடைப்பிடிப்ப வர்கள். பகவான் புத்தரின் அறவழியில் இதுபோன்ற கொடூரமான தண்டனைகளுக்கு இடமே கிடையாது.

மேலும் புத்த பிரானுக்காக எம்மாதிரியான கஷ்டங்களையும் தாங்கிக் கொள்ளும் சக்தி எங்களைப் போன்ற துறவிகளுக்கு நிறையவே உள்ளது. எனவே இவர்களுக்கு விதிக்கப்பட்ட கைகளைத் துண்டாக்கும் தண்டனையை விலக்கிக் கொள்வதோடு, இவர்கள் அனைவரையும் மன்னித்து விடுவிக்க வேண்டும் என்றும் கேட்டுக் கொள்கிறேன்" என்றார்.

பொதுவாக சிறிய குற்றத்திற்குக்கூட உடல் உறுப்புகளைத் துண்டிக்கும் தண்டனை என்பது அன்றைய காலக்கட்டத்தில் சர்வ சாதாரணமாக நிகழ்த்தப்பட்டு வந்தது. அப்படித்தான் மன்னரும் அதுபோன்ற தண்டனையை வழங்கினார்.

ஆனால் இப்படிப்பட்ட தண்டனை மிகக் கொடியது என்ற உண்மையே யுவான் சுவாங் கூறிய பிறகுதான் அவர்களின் புத்தியில் உறைத்தது.

சீனத் துறவியின் விருப்பத்திற்கிணங்க அந்தக் குற்றவாளிகள் விடுவிக்கப்பட்டனர்.

போதி மரம்

யுவான் சுவாங் நினைவாலயம்

மனம் திருந்திய அவர்கள் அப்படியே சாஷ்டாங்கமாக யுவான் சுவாங்கின் பாதங்களில் வீழ்ந்து வணங்கி தங்கள் தவறை உணர்ந்து திருந்தினர்.

போதி மரத்து இலை

பகல் வேளையிலும் பாமியன் குளிராகவே இருந்தது. செம்மண்ணும் பாறைகளுமாக இருந்த அந்த இடத்தில் 170 அடி உயரத்தில் பிரம்மாண்டமாகச் செதுக்கப்பட்டிருந்த பாமியன் புத்தர் சிலை யுவான் சுவாங்கின் இதயத்தை சிலீரிடச் செய்தது.

அச்சிலைக்கு விலை உயர்ந்த கற்களாலான ஆபரணங்கள் அணிவிக்கப்பட்டிருந்தன. அத்துடன் மிகப் பெரிய பூமாலையும் கழுத்தை அலங்கரித்தது. பாதங்களிலும் பூக்கள் இரைந்து கிடந்தன.

புத்தர் சிலைக்கு முன்பாக மண்டியிட்டு அமர்ந்தனர். யுவானின் உதடுகள் எதையோ முணுமுணுத்துக் கொண்டிருந்தன.

அதன்பிறகு அங்கிருந்து கிழக்குத் திசை நோக்கி அவர்கள் நடந்து சென்றபோது சற்று தொலைவில் மிகப் பெரிய பௌத்த விகாரையைப் பார்த்தனர். அதன் வாயிலருகே மற்றொரு பிரம்மாண்டமான புத்தர் சிலை இருந்தது.

விகாரையின் முன்புறத்தில் இருந்த அகன்ற புல்வெளியில் சுமார் நூறு அடி உயரத்திலான மற்றொரு புத்தர் சிலையையும் அவர்கள் பார்த்தனர்.

விகாரையின் மத்திய மண்டபத்திற்குச் சென்றபோது அங்கே புத்த பிரான் பரிநிர்வாணம் அடையும் நிலையைப் போன்ற ஆயிரம் அடி நீளத்தில் மிகப் பெரிய சிற்பம் இருந்தது. தனது வலது கையைத் தலையணையைப் போன்று வைத்து கண்கள் மூடிய நிலையில் அந்தச் சிற்பம் காணப்பட்டது.

அங்கே சற்று நேரம் அமைதியாகக் கண்களை மூடித் தியானம் செய்தனர். பின்னர் அங்கே வந்த இளம் புத்த பிட்சு ஒருவர், தங்கள் தலைமைத் துறவியைச் சந்திக்க வருமாறு யுவான் சுவாங்கை அழைத்தார்.

அதனை ஏற்று அவரது அறைக்குச் சென்றார். தலைமைப் பிட்சு அவரை இன்முகத்துடன் வரவேற்று அமரச் செய்தார். பின்னர் அவரைப் பற்றிய விவரங்களைக் கேட்டார். சீனத் துறவி தனது பயணத்தைப் பற்றி சுருக்கமாக அவரிடம் விவரித்தார்.

அப்புறம் சிறு குழந்தையைப் போல, "பகவானுக்கு ஞானம் பிறந்த போதி மரத்தைப் பார்த்திருக்கிறீர்களா?" என்று ஆவலாய்க் கேட்டார்.

அதற்குப் பதில் சொல்லாமல் சிறு புன்னகை ஒன்றை உதிர விட்ட தலைமைப் பிட்சு, எழுந்து சென்று மூலையில் இருந்த மரப்பெட்டி ஒன்றைத் திறந்தார். அதனுள்ளிருந்து பேழை ஒன்றை எடுத்தார்.

அதனை எடுத்துவந்து அதனுள் பத்திரமாக வைத்திருந்த ஒரு காய்ந்த இலையைக் காண்பித்தார்.

"இது உருவேலாவில் உள்ள போதி மரத்தின் இலை. புத்தர் ஞானம் பெற்ற மரத்தின் இலை இது. கடந்த ஆண்டு நான் அங்கே சென்றிருந்தபோது உதிர்ந்த இலை ஒன்றை எடுத்து வந்து பாதுகாப்பாக வைத்துள்ளேன்" என்று கூறினார் தலைமைப் புத்த பிட்சு.

அதைப் பார்த்த யுவான் சுவாங் மெய்மறந்து சரணகோஷ மிட்டார். சற்று நேரம் அங்கேயே தியானம் செய்தார். அவரது உடல் புல்லரித்தது. உருவேலாவிற்கே நேரில் சென்ற பகவான் புத்தருக்கு ஞானத்தைக் கொடுத்த அந்தப் போதி மரத்தை நேரில் தரிசித்ததைப் போன்ற சந்தோஷத்தில் மூழ்கினார்.

அந்த இலையைத் தொட்டு வணங்கினார்.

பின்னர் தலைமைப் புத்த பிட்சுவிடம் விடைபெற்றுக் கொண்டு அங்கிருந்து எழுந்தார்.

தொடர்ந்து இரு தினங்கள் அங்கிருந்து தியானம் செய்து விட்டுத் தனது பயணத்தைத் தொடர்ந்தார்.

மாணவர்களின் தியாகம்

இந்தியப் பயணத்தை நிறைவு செய்துவிட்டுத் தனது தாய் நாடான சீனாவிற்குச் செல்ல ஆயத்தமானார் யுவான் சுவாங். தான் சேமித்து வைத்திருந்த அற நூல்கள் அனைத்தையும் எடுத்துக் கொண்டு கிளம்பினார்.

அவரை வழியனுப்புவதற்காக நாளந்தாப் பல்கலைக் கழக மாணவர்கள் சிலரும் அவருடன் வந்தனர். சிந்து நதியைக் கடந்து செல்ல வேண்டும். அதற்காகப் படகு ஒன்றை மாணவர்கள் ஏற்பாடு செய்தனர்.

படகில் நூல்கள் கட்டப்பட்ட மூட்டைகளையும் ஏற்றிக் கொண்டு யுவான் சுவாங்கும் ஏறி அமர்ந்தார். மாணவர்கள் அனைவரும் சீனத் துறவியை அக்கரையில் கொண்டுபோய் விட்டு வழியனுப்பிவிட்டு வர விரும்பினார்கள்.

எனவே அந்த மாணவர்களையும் சுமந்து கொண்டு படகு நதியில் மிதந்து சென்றது. அவர்கள் பல விஷயங்களைப் பற்றிப் பேசிக் கொண்டிருந்தனர்.

நதியின் நடுப்பகுதியில் படகு சென்று கொண்டிருந்தபோது திடீரென்று புயல் காற்று வீச ஆரம்பித்தது. காற்றின் வேகம் கடுமையாக இருந்ததால் அந்தப் படகு நீரில் தள்ளாட ஆரம்பித்தது.

எந்நேரத்திலும் படகு கவிழ்ந்து விடக்கூடும் என்ற அச்சம் அனைவருக்கும் வந்தது.

யுவான் சுவாங்கிற்கும் அச்சம் படர்ந்தது. ரொம்பவும் கஷ்டப்பட்டு சேகரித்த நூல்கள் அனைத்தும் தண்ணீரில் மூழ்கி வீணாகிப் போய்விடுமோ என்பதுதான் அவரது அச்சத்திற்குக் காரணம்.

பாரத்தைக் குறைத்தால் மட்டுமே தப்பிக்க முடியும் என்று படகோட்டி சொல்லிவிட்டார்.

பாரத்தைக் குறைக்க வேண்டும் என்பதற்காக அறநூல்களை நதியில் விட்டெறிய அவருக்கு மனமில்லை. என்ன செய்வது என்று கவலையோடு யோசிக்க ஆரம்பித்தார்.

அதனைப்பார்த்த மாணவர்களும் கவலையடைந்தனர். எக்காரணம் கொண்டும் யுவான் சேகரித்து வைத்துள்ள நூல்கள் சேதமடைந்துவிடக் கூடாது என்று அவர்களும் நினைத்தனர்.

அப்படியானால் அதற்கு என்ன வழி?

யுவான் சுவாங்கையும், அவரது நூல்களையும் விடத் தங்கள் உயிர் பெரியதல்ல என்ற முடிவுக்கு வந்த அந்த மாணவர்கள் அனைவரும் சற்றும் தாமதிக்காமல் நதியில் குதித்துவிட்டனர். நதியில் மூழ்கித் தங்கள் உயிரையும் அவர்கள் விட்டனர்.

சீனத் துறவிக்காகவும், அவரது அரிய பொக்கிஷத்திற்காகவும் தங்களது உயிரை மாய்த்துக் கொண்ட அந்த மாணவர்களின் தியாக உணர்வைக் கண்டு நடுங்கிப் போனார் அவர்.

பண்டிட்களின் தீங்கு

யுவான் சுவாங் தமது குழுவோடு ஒரு அடர்ந்த காட்டின் வழியே பயணித்துக் கொண்டிருந்தனர். அப்போது பண்டிட்கள் சிலர் அங்கு வந்து புத்த துறவிகளைச் சுற்றி வளைத்தனர்.

பின்னர் அவர்களின் உடைகளைக் களைந்து அதனைப் பயன்படுத்தி அவர்களின் கை, கால்களைக் கட்டினர். அங்கிருந்த சேறும், சகதியுமான குட்டைக்குள் தூக்கி எறிந்தனர்.

மேலும் அவர்களின் உடைமைகள் அனைத்தையும் எடுத்துக் கொண்டு அங்கிருந்து போய்விட்டனர்.

சேற்றில் சிக்கி சாக வேண்டிய ஒரு கொடுமையான நிலைமை. அதிலிருந்து எப்படித் தப்பிப்பது என்று தெரியாமல் யுவானும், மற்றவர்களும் துடித்துக் கொண்டிருந்தனர்.

அந்த நேரத்தில் துடிப்பான இளம் துறவி ஒருவர் அந்த வழியாக வந்தார்.

இவர்கள் உயிருக்குப் போராடிய நிலையில் இருப்பதைக் கவனித்த அவர் ரொம்பவும் கவலையடைந்தார்.

மெதுவாக அவர்களை அங்கிருந்து தப்பிக்க வைப்பது எப்படி என்று யோசித்தார். அந்தக் குட்டையின் ஒரு பகுதியில் சிறிய துவாரம் ஒன்று காணப்பட்டது. அதன் வழியாகத் தப்பிச் செல்லுமாறு அவர்களுக்கு யோசனை தெரிவித்தார்.

அது மிகச் சிறிய துவாரம். ஒருவர் உள்ளே நுழைவதே ரொம்பச் சிரமமாக இருந்தது. ஆனாலும் அவர்கள் எப்படியோ அதற்குள் நுழைந்து சென்றனர்.

அது ஒரு கனமான இருள் சூழ்ந்த சுரங்கம் போன்றிருந்தது. அது வழியாகச் சென்றபோது மற்றொரு புறம் வந்தது.

அது ஒரு சிறிய கிராமம்.

அக்கிராமத்து மக்கள் இவர்களுக்கு உதவி செய்தனர். பண்டிட்களால்தான் இவர்கள் இந்தச் சிரமத்திற்கு ஆளானதை அறிந்த அவர்கள் அந்தக் காட்டைக் கடந்து செல்வதற்கு இவர்களுக்குத் துணையாக வந்தனர்.

அடர்ந்த காட்டிற்குள் கிராமவாசிகளின் உதவியோடு மீண்டும் பயணித்தனர்.

இவர்கள் உயிர் பிழைத்துத் தப்பி வருவதை அங்கு மறைந்திருந்த பண்டிட்கள் கவனித்தனர். இவர்களைக் கொல்வதற்காக மீண்டும் அங்கு திரண்டு வந்தனர்.

ஆனால் கிராமவாசிகள் அவர்களோடு கடுமையாகச் சண்டையிட்டு இவர்களைக் காப்பாற்றி அங்கிருந்து பாதுகாப்பாக அனுப்பி வைத்தனர்.

மகாசத்துவர்

பௌத்த ஜாதகக் கதை மரபில் உருவான கதை ஒன்று உண்டு.

மகாசத்துவர் என்ற மன்னர் ஒருவர் பசியால் துடித்துக் கொண்டிருந்த பெண் புலி ஒன்றைப் பார்த்தார். இளகிய மனம் படைத்த அவரது மனம் இதைக் கண்டு பதைபதைத்தது.

பசி கொண்ட புலிக்குத் தனது உடலையே உணவாகத் தருவதற்கு தீர்மானித்தார். அங்கிருந்த உயரமான பாறை ஒன்றில் இருந்து குதித்தார்.

இரத்தக் காயங்களுடன் விழுந்து கிடந்த அவரது உடலுக்கு அருகே வந்து அதனை உண்பதற்கேற்ற சக்தி இல்லாமல் அந்தப் பெண் புலி கிடந்தது.

தனது முயற்சி வீணாகி விடுமோ என்ற கவலை அவரை ஆட்கொண்டது. தனது காயங்களுடன் அந்தப் புலியைக் கஷ்டப்பட்டு நெருங்கிச் சென்றார். அதனருகே சென்றதும் தனது உடலைக் கிழித்து இரத்தத்தை வடியவிட்டார்.

அதனைக் குடித்து தனது பசியைத் தணித்தது அந்தப் புலி. ஒரு புலியின் பசியைத் தணிப்பதற்காகத் தனது உயிரையே தந்த மன்னர் மகாசத்துவரின் நினைவாக ஸ்தூபி ஒன்றை அசோகச் சக்ரவர்த்தி அமைத்துள்ளார்.

இந்த ஸ்தூபி தட்ச சீலத்தின் அருகே இருப்பதாக யுவான் சுவாங் தனது பயணக் குறிப்பில் எழுதி வைத்துள்ளார்.

சுவாரஸ்யத் தகவல்கள்

கி.பி. 629ஆம் ஆண்டு இந்தியப் பயணத்தைத் தொடங்கினார் யுவான் சுவாங். 645ஆம் ஆண்டு சீனாவிற்குத் திரும்பினார். மொத்தம் 17 ஆண்டுகள் பயணம் மேற்கொண்டார்.

சியூக்கி என்னும் தலைப்பில் தனது பயண நூலை எழுதினார்.

இந்தியாவில் இவர் தங்கியிருந்த காலம் மொத்தம் பன்னிரெண்டு ஆண்டுகள் என்று அறியப்படுகிறது.

இவர் இந்தியாவில் இருந்தபோது மன்னர் ஹர்ஷரின் ஆட்சி நடந்து கொண்டிருந்தது.

பாண்டிய நாட்டில் நிலவிய கடும் பஞ்சத்தைப் பற்றி இவர் குறிப்பில் எழுதப்பட்டுள்ளது.

புத்தரின் பிறப்பிடமான லும்பினியில் இருந்து ஞானம் பெற்ற கயா வரை உள்ள அனைத்து புத்த புனிதத் தலங்ளையும் அவர் பார்வையிட்டுள்ளார். அதனைப் பற்றி விரிவாகக் குறிப்பில் பதிவு செய்துள்ளார்.

நாடு திரும்பும்போது அவருடன் 20 குதிரைகளில் 657 தொகுதிகளாக்கப்பட்ட 520 புனித அற நூல்களையும் ஏற்றிச் சென்றார். அவற்றில் 227 தொகுதிகள் பௌத்த சூத்திரங்கள். 192 தொகுதிகள் தர்க்க சாஸ்திரங்கள்.

இந்தியாவிற்கு வரும்போது சந்தித்த பிரச்சனைகளை விடத் திரும்பி சீனாவிற்குச் செல்லும்போது நிறைய கஷ்டங்களை அவர் சந்தித்தார்.

வெற்றிகரமாகப் பயணத்தை முடித்துவிட்டுத் திரும்பிய யுவான் சுவாங்கிற்கு சீனாவில் மிகப் பிரம்மாண்ட வரவேற்பு அளிக்கப்பட்டது.

இந்தியாவில் இருந்து கொண்டு வந்த சேகரிப்புகள் அனைத்தையும் சேர்த்து அறிவாலயம் ஒன்றை உருவாக்கினார். இன்றும் இந்த அறிவாலயம் சீனாவில் முக்கிய புத்த காப்பமாகத் திகழ்கிறது.

இந்த நூல்கள் அனைத்தையும் சீன மொழியில் மொழி பெயர்ப்பு செய்வதற்காகச் சிறப்பு நிதி உதவியை அந்நாட்டு மன்னர் வழங்கினார்.

யுவான் சுவாங் தனி ஆளாக உழைத்து 75 புத்தகங்களின் 1335 அத்யாயங்களை மொழிபெயர்ப்புச் செய்தார்.

தனது பயணக் குறிப்புகளை நான்கு தொகுதிகளாக எழுதி உள்ளார். யுவான் சுவாங்கின் இந்தக் குறிப்புகள் இந்தியாவின் அறிவியல், வானவியல், கணிதம், விவசாயம், கலைகள், வாழ்க்கைத் தரம், பண்பாடு போன்ற பலவிஷயங்களையும் வெளிப்படுத்துகிறது.

கி.பி. 664ஆம் ஆண்டு மார்ச் மாதம் 10ஆம் நாள், தனக்கு விருப்பமான பௌத்த சூத்திரம் ஒன்றை மொழிபெயர்த்தார். அந்த நிறைவோடு படுக்கைக்குச் சென்ற யுவான் சுவாங், தமது 62வது வயதில் மரணமடைந்தார்.

கல்லறை

சீனாவின் ஷான்சி மாகாணத்தின் ஜியான் நகரில் யுவான் சுவாங்கின் கல்லறை உள்ளது. அதில் மிகப் பெரிய கோயிலும் கட்டப்பட்டுள்ளது.

டாங் வம்சத்தைச் சேர்ந்த மன்னரால் ஆயிரத்து 300 ஆண்டுகளுக்கு முன்கட்டப்பட்ட இக்கோயிலினுள் பிரபல புத்த மதக் குருக்களின் கல்லறைகளும் அமைந்துள்ளன.

இக்கோயிலை இன்னும் செழுமைபடுத்தி யுனெஸ்கோவின் பாரம்பரிய சின்னமாக அறிவிக்கச் செய்யும் முயற்சிகள் அங்கு தீவிரமாக மேற்கொள்ளப்பட்டு வருகின்றன.

இந்நிலையில் அக்கோயிலை இடிப்பதற்கு சீன அரசு தற்போது நடவடிக்கைகள் எடுத்து வருகிறது. இதற்கு அங்குள்ள மக்கள் கடும் எதிர்ப்பு தெரிவித்து வருகின்றனர்.

●

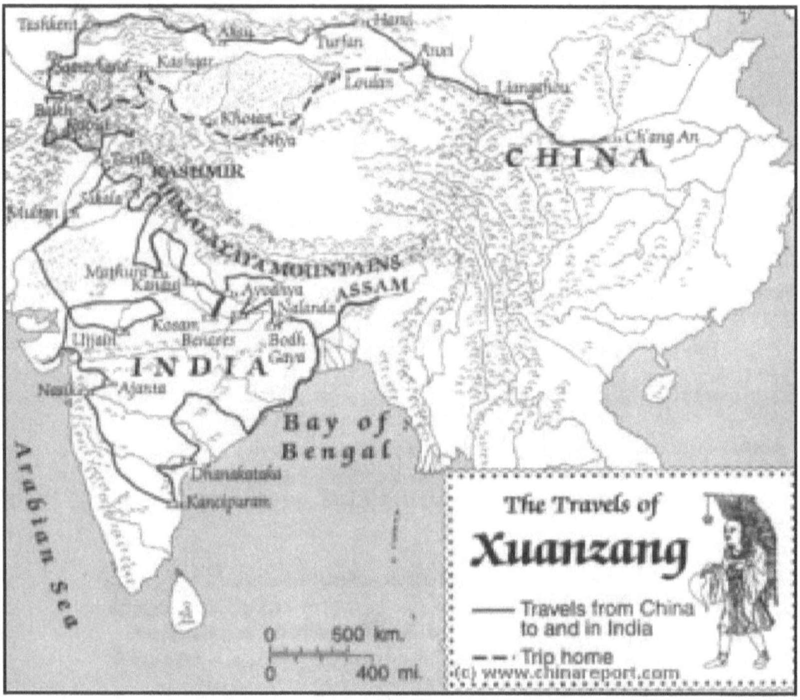
Tashkent
Aksu
Hami
Turfan
Anxi
Kashgar
Loulan
Liangzhou
Balkh
Khotan
Niya
Ch'ang An
C H I N A
KASHMIR
Mathura
Kanauj
Ayodhya
ASSAM
Nalanda
Kosam
Ujjain
Benares
Bodh Gaya
I N D I A
Ajanta
Bay of Bengal
Arabian Sea
Dhanakataka
Kancipuram
0 500 km.
0 400 mi.
The Travels of
Xuanzang
Travels from China to and in India
Trip home
(c) www.chinareport.com

www.ingramcontent.com/pod-product-compliance
Lightning Source LLC
LaVergne TN
LVHW060624051026
849519LV00002B/748
* 9 7 8 9 3 8 7 6 5 5 6 3 8 *